Entablado Klasiko

SHAKESPEARE • GORKY • GARCIA LORCA • JOAQUIN

KASAL SA DUGO

Entablado Klasiko

SHAKESPEARE · GORKY · GARCIA LORCA · JOAQUIN

Federico Garcia Lorca
KASAL SA DUGO

Salin ni Bienvenido Lumbera

Ateneo de Manila University Press

ATENEO DE MANILA UNIVERSITY PRESS
Bellarmine Hall, Katipunan Avenue
Loyola Heights, Quezon City
P.O. Box 154, 1099 Manila, Philippines
Tel.: (632) 426-59-84 / Fax (632) 426-59-09
E-mail: unipress@admu.edu.ph
Website: www.ateneopress.org

Orihinal na nalimbag sa pamagat na "Bodas de sangre,"
sa *Federico Garcia Lorca. Obras Completas,*
ed. Arturo del Hoyo, Edicion Aguilar, Madrid, 1957

Ang proyekto ng pagsasalin ay naisagawa sa tulong ng Natividad Galang
Fajardo Foundation.

Disenyo ng aklat ni P. T. Martin
Disenyo ng pabalat ni Mervin Concepcion Vergara

National Library of the Philippines CIP Data

Recommended entry:

Garcia Lorca, Federico, 1898-1936.
    Kasal sa dugo / Federico Garcia Lorca ;
salin ni Bienvenido Lumbera. — Quezon City :
Ateneo de Manila University Press, c2007.
        p. ; cm.—(Entablado klasiko: Shakespeare,
Gorky, Garcia Lorca, Joaquin)

        Translation of: Bodas de sangre.

        1. Garcia Lorca, Federico, 1898-1936. Bodas
de sangre. 2. Garcia Lorca, Federico, 1898-1936—
Translations into Filipino. 3. Spanish drama—
Translations into Filipino. 4. Garcia Lorca, Federico,
1898-1936—Dramatic production. I. Lumbera, Bienvenido.
II. Title: Bodas de sangre. III. Title. IV. Series.

PQ6613.A763B6192 862.62   P073000256
ISBN   978-971-550-529-1

NILALAMAN

ANG *ENTABLADO KLASIKO* AY PAGPAPAKILALA

Apat na dula at apat na mandudula ang ipinakikilala ng *Entablado Klasiko* sa mga kabataang mambabasa. Ang mga dula ay binansagan nang dakila ng mga manonood at mambabasa dahil sa kanilang masining na pagpaksa sa mga usaping saanmang dako ng mundo ay bumabagabag sa tao. Ang mga awtor naman ng mga dulang narito ay dinakila na rin sa kani-kanilang bayan, at ngayo'y inihahatid sa mga mambabasang Filipino sa wikang kanilang-kanila.

Naitanghal na ang mga salin, ngunit limitado lamang ang publikong naaabot ng mga pagtatanghal. Sa anyong nakalimbag umaasa kami at ang Ateneo de Manila University Press na malawak ang publikong maaabot ng mga akda, at mahaba ang panahong itatagal ng anyo at nilalaman ng mga ito sa kamalayan ng babasa.

Ang panonood ng dula ay pagmalas at pag-ulinig na may takdang panahon. Anuman ang kasiyahang dinanas ng manonood sa isang pagtatanghal ay pansamantala, iyon ay mananatili sa kamalayan sa loob ng panahong may takdang haba, at pagkatapos ay matatabunan na ito ng iba pang danas na dala ng nagmamadaling daloy ng ating pakikipamuhay sa mga institusyon at indibidwal na ating makakaugnay. Narito ang kahalagahan ng publikasyong tumitipon sa mga dulang ating napanood (at mapapanood). Dinudulutan tayo ng pagkakataon na muling buhayin ang danas na lumukob sa atin sa harap ng entablado.

Hindi kayang itanim sa ating kamalayan ng dalawa at kalahating oras na panonood ang buong karanasan ng mga tauhan at ng mga lipunang itinanghal sa dula. Kailangan ang pagbasa sa mga dialogo at pandireksyong tagubilin upang muling mabigyan ng buhay ang mga larawan at danas na nakatinggal sa kamalayan. At hindi lamang ang gunita ng ating napanood ang mabubuhay. May bagong karanasang hatid ang pagbasa sa nakalimbag na bersyon ng dula, ang pagyabong ng pagpapakahulugang lilitaw sa pagkatao ng mambabasa. Iyan ay kapangyarihang bunga ng kakayahang balik-balikan ang mga salita at kilos ng mga aktor, at sa pagbabalik na iyan ay mabubuo ang karagdagang kabatirang ibubunga ng masusing pagkilatis sa dula bilang likhang-panitik. Sa ganitong paraan, muli't muling nabubuhay ang dula sa iba't ibang entablado sa iba-ibang bayan at iba't ibang yugto ng kasaysayan.

Iba-iba ang panahong sumaksi sa orihinal na pagtatanghal sa apat na dula, kaya't kanya-kanya ang mga ito ng entabla-dong sinilangan. Saksi ang apat sa walang-hangganang lawak ng daigdig sa entablado, daigdig na sumasaklaw sa maraming buhay at karanasan, daigdig na nagpapakilala sa tayog at lalim ng pag-arok ng malikhaing imahinasyon ng mga manunulat.

Ang entablado ng *Julius Caesar* (1599) ay isa lamang platapormang halos walang palamuti. Ang panahon ni Shakespeare ay panahon ng Renasimyento sa Europa, nang ang halos buong santinakpan ay ginalugad ng mga manlalakbay at natuklasan nila na iba-iba pala ang kultura ng mga bayang kanilang inangkin. Sa payak na entablado ng Globe Theater sa London, ang lawak ng mundong lalong lumalawak tuwing may bagong lupaing nararating ang mga manlalakbay, ay walang liwag na naitatanghal, gayundin ang salimuot ng buhay-buhay ng maraming tao na habang sinasaliksik ay lalong humihirap lagumin. Ang mga komedya, trahedya, at dulang historikal ni Shakespeare ay hindi na kamangha-mangha kung makikita natin ang mga iyon sa konteksto ng kasaysayan ng kanyang panahon. Sa *Julius Caesar,* saksi tayo sa tunggalian ng mga motibo at banggaan ng mga hukbo na nagwakas sa kalunos-lunos na kamatayan ng senador na si Bruto, na itinaboy ng kanyang tiwala na ang kagalingan ng Roma ay sapat nang dahilan para lumahok siya sa pakanang paslangin ang kaibigan niyang si Cesar.

Sa pagkatuklas ng teknolohiyang makapaglalarawan sa isang pagtatanghal ng realidad, na maituturing na kapani-paniwalang katumbas ng aktwal na buhay, isinilang ang entabladong nagtangkang gagarin ang mismong lipunang kinikilusan ng mga manonood. Ito ang entablado ni Maxim Gorky ng *Kaaway* (1906). Sa entabladong ito, may itinatayong mga dinding na nagpapakitid sa bisyon ng manonood upang mapagtuunan nito ng pansin ang mga ispesipikong problema ng lipunan. Sa maharlikang villa ng pamilyang Bardin, ang industrialistang may-ari ng pabrikang kanugnog ng kanyang tahanan ay nahaharap sa pagwewelga ng mga manggagawa. Kinikilala ng kanyang mga manggagawa na liberal na kapitalista si Zakhar, subalit sa pagkakataong ito ang mga kontradiksyon sa kanyang pagkatao ay malalantad. Gusto niyang mahalin siya ng mga manggagawa, pero ang kapakanan ng kanyang pag-aari ay ayaw niyang malagay sa panganib. Ang mga tao sa dula ay kabilang sa iisang uring panlipunan, ang uring burgesya, pero iba-iba ang kanilang naging reaksyon sa napipintong aklasan. Sa entablado ni Gorky, nakuha niyang iharap sa kanyang publiko ang isang malubhang problema ng lipunang Ruso sa panahong nagsisimulang maging agresibo ang mga manggagawang nakatanaw sa isang bukas na sila na ang hahawak ng kapangyarihan sa lipunan.

Sa *Kasal sa Dugo* ni Federico Garcia Lorca, ang daigdig sa entablado ay tagpuan ng katunayan at paghahaka. Iniwan na ni Garcia Lorca ang mapanuring Realismo ng tanghalan ni Gorky upang pasukin ang kulimlim na daigdig ng kalooban ng tao. Doon sa daigdig na iyon, nagsasalimbayan ang salasalabat na salik ng tradisyon, kultura, sikolohiya, at silakbo ng di-mapangatwiranang mga damdamin at diwa. Sa realistikong pagtatanghal, ang mga panloob na danas ng tao ay naipapahayag ng kilos at salita. Sa entablado ng *Kasal sa Dugo*, ang mga panloob na danas ay pinararaan sa awit, patulang dialogo, at simbolikong bihis, kagamitan, pag-iilaw at tagpuan. Ibinunga ang ganito ng pagsapit sa teatro ng teorya ng Ekspresyonismo, na sa mga unang taon ng siglo 20 ay lumitaw sa sining biswal ng Europa. Umayaw si Garcia Lorca na pakulong sa mga palarindingan ng Realismo at nangahas siyang arukin ang sikolohiya ng indibidwal at lipunan, subalit sa pagpasok niya sa kalooban ng tao, hindi niya iniwan ang realidad ng kultura ng kanyang minamahal na probinsya ng Andalucia.

Daigdig ng gunita ang ipinamamalas ng entablado ng *Retrato ng Artista Bilang Filipino* ni Nick Joaquin. Isa itong di-maitatatwang muhon ng teatro sa Filipinas, isang akdang tumipon sa iba't ibang tipo ng tauhang Filipino na kumatawan sa mariringal na birtud ng lahi at sa mga kakutya-kutyang gawi at ugali ng mga Filipinong lumitaw pagkatapos ng Digmaang Pasipiko. Ginalugad ng malikhaing imahinasyon ni Joaquin ang gunita ng lipunang ginunaw ng digmaan, ang lumang

Maynila na nagpatampok sa mga uliranin at suliranin ng mga Filipinong isinilang at namuhay sa lipunang sumibol sa lilim ng republikang binuwag ng mga mananakop na Amerikano simula noong 1898. Ang lipunang nasa *Retrato* ay, totoo, binubuo ng mga ilustrado, subalit ang mithiin nila ay mithiin na rin ng buong sambayanang Filipino.

Malapit ang daigdig ng *Retrato* sa entablado ni Gorky. Kapwa ito larawan ng lipunang nagbabago. Ang ikinaiiba ng daigdig ni Joaquin ay nasa pangingibabaw sa salaysay ng buhay ng mag-anak na Marasigan, ng magiliw na pag-alaala sa mga kaugalian at paninindigan ng mga taong matibay na nagpahalaga sa mga uliranin ng lumang lipunan. Sa Realismo ng *Kaaway,* sinuri ang relasyon ng dalawang uring panlipunan—ang burgesya at ang proletaryado—bilang pagtanaw sa hinaharap ng lipunang Ruso. Sa *Retrato,* na binansagan ng awtor bilang "elehiya," tinatangisan ang yumaong "nakaraan" upang maitulak ang kasalukuyang henerasyon na gamitin ang nakaraang iyon sa pagtuklas sa "custom and ceremony," na siyang magbibigay ng panibagong lakas para sa pagtatayo ng bagong Filipinas matapos ang Digmaang Pasipiko.

Nakasulat ng iba pang dula si Joaquin, pero rito sa kanyang unang dula, nilagom na niya ang mga temang palilitawin ng kanyang peryodismo at iba pang malikhaing akda. Inihahanay ngayon ng koleksyong ito ang *Retrato* sa mga dakilang klasiko para sa entablado ng mundo upang maimulat ang mga kabataang mambabasa sa kaugnayan ng manlilikhang Filipino sa makabuluhang pandaigdigang tradisyon ng dulaan at panitikan.

TUNGKOL SA DULA

May personal na ugnay sa akin ang dulang ito, pagkat dito ko unang nakilala ang awtor na si Federico Garcia Lorca. Salin sa Ingles ni James Graham-Lujan ang aking nabasa, at agad akong naakit na tuklasin ang iba pang mga akda ni Garcia Lorca, ang mga tula at sanaysay, pati na ang kulturang humubog sa imahinasyon niya. Ang M.A. thesis ko sa Indiana University Graduate School ay iniukol ko sa mga dula ni Garcia Lorca at ang paggamit ng mga ito sa folklore ng Espanya.

Nang balakin ng Dulaang U.P. na itanghal ang *Bodas de Sangre* sa ikasandaang anibersaryo ng kapanganakan ni Garcia Lorca, sinakmal ko kaagad ang alok na isalin ito sa Filipino.

Sa kanyang "Director's Notes" sa souvenir program ng pagtatanghal, nasabi ni Alex Cortez na ang salin ko ay mula sa Ingles. Totoo na nagsimula ako sa saling Ingles ni Graham-Lujan, pero hindi ako nasiyahan sa tunog at daloy ng dialogo at ng mga awit at tula sa wikang Ingles. Palagay ko higit na magkatugma ang Tagalog at Espanyol sa tindi at kulay ng pagpapahayag kaya't sa pagsasalin dumiretso ako sa orihinal ng *Bodas de Sangre*.

Sa talambuhay ni Garcia Lorca na sinulat ni Ian Gibson (*Federico Garcia Lorca, a Life* [New York: Pantheon Books, 1989]), hinango ang banghay ng *Kasal sa Dugo* sa isang balitang lumabas sa *Heraldo de Madrid,* tungkol sa isang patayang naganap sa bayan ng Nijar sa Almeria. Itinakas ng kanyang dating kasintahan ang isang dalagang ikakasal na sa ibang lalaki. Pinatay siya ng isang pinsan ng nobyong inagawan ng nobya.

Mainam na halimbawa ng paghuhugpong ng Realismo at Ekspresyonismo ang ginawa ni Garcia Lorca nang kanyang pasukan ang hiniram na naratibo sa diaryo ng uyayi ng Biyenan at iba pang awit na galing sa tradisyon ng flamenco. Subalit ang pinakaradikal na salik na lubos-lubusang nagpatingkad sa malikhaing ambag ng makata ay ang pag-igpaw nito sa payak na datos ng balita sa pamamagitan ng eksena sa gubat sa Yugto III. Itinakas ni Leonardo ang Nobya sa gabi ng kasal at sila ay pinaghahanap ng mga pangkat na nais maipaghiganti ang ginawa nilang pagdungis sa dangal ng Nobyo. Sa gubat ay may tatlong atsero na nagsa-manghuhulang nagsabi na bagamat sumusunod lamang ang dalawa sa likas na bugso ng dugo, hindi sila patatawarin ng mga umuusig sa kanila. Ang tauhang Buwan ay simbolo ng pagnanasa ng laman na nagwawasak sa anumang hadlang sa katuparan nito. Kaakibat ng pagnanasa ay ang kamalayang hindi matatakasan ang ganti ng mga puwersang nilabag nito. Tanglaw ang buwan sa pagtakas ng magsing-ibig, tanglaw din ito ng mga maghihiganti. Kaya't ang Pulubing simbolo ng kamatayan ay kasama ng Buwan sa paghihintay na maganap ang trahedya.

Karaniwang laman ng diaryo ang patayang ibinubunga ng agawan sa pag-ibig. Ang naging malikhaing gawain ni Garcia Lorca ay iparanas sa mga manonood ang kalagim-lagim na katotohanang ang buhay ng tao ay pinatitimyas ng mga puwersa ng kalikasan subalit, sa kabilang dako, ay kailangan namang pagbayaran ang ganoon ng buhay mismo. Iyan ang nakapalikod sa pagturing ni Garcia Lorca na ang kanyang dula ay isang "trahedya." Ang naganap na pagtakas ni Leonardo at ng Nobya ay nagkabisa hindi lamang sa dalawang lalaking namatay. Ang pangarap ng Ina para sa mga apo na naging kapalit sana ng napatay niyang asawa at panganay ay hindi natupad. Ang pangarap ng Ama ng Nobya para sa karagdagang lupain at ani na dadalhin sana ng Nobyo sa kanyang pamilya ay wala nang pag-asang matupad. Ang Nobya na magbubunga sana ng mga anak na magyayaman sa lupain ng Ama ay mananatiling baog dahil wala na siyang dangal na maiaalay sa kanino mang lalaki. Ang Asawa at anak ni Leonardo ay nawalan ng lalaking magtatawid sa kanila sa kahirapan. Samakatwid, ang patayang naganap sa gubat ay pangyayaring hindi lamang dalawang indibidwal ang napahamak kundi isang buong komunidad ang pinagdusa.

Dapat pansinin ng publikong mambabasa na ang *Kasal sa Dugo* ay batbat ng mga panandang lokal na dulot ng kultura ng Andalucia, mga panandang nagtatak sa dula bilang obrang Espanyol. Ang himala ng kahusayan sa paglikha ni Garcia Lorca ay ang pagpapapalitaw ng mga implikasyong unibersal mula sa kanyang naratibong malalim na nakaugat sa kulturang lokal ng Espanya. Ang tagumpay ng *Bodas de Sangre* sa entablado ng iba-ibang bayan sa daigdig ay tagumpay ng imahinasyong sumipsip ng buhay sa lupaing Andaluz at nakapaghatid sa taga-ibang lupain ng mensaheng umuugnay sa kanilang sariling kultura.

MGA NAGANAP

UNANG YUGTO
Eksena 1

Nakatakdang ikasal ang Nobyo sa kanyang kasintahan. Pupunta siya ngayong umaga sa ubasan ng pamilya kaya't naghahanap siya ng kutsilyo. Asiwa sa mga kutsilyo ang Ina dahil ang kanyang asawa at panganay na anak ay pinatay sa saksak noon. Mga lalaki ng Pamilya Felix ang pumatay at hanggang ngayon ay ipinagngingitngit ng Ina ang nangyari. Para sa nalalapit na kasal, pinayuhan ng Ina ang Nobyo na ibili ng mga regalo ang Nobya, na dadalawin nila pagdating ng Domingo upang hingin ang kamay nito.

Isang Kapitbahay ang dadalaw sa Ina. Mula sa kanya, malalaman ng Ina na ang dating kasintahan ng Nobya ay isang Felix.

Eksena 2

Sa bahay ng mag-asawang Leonardo, pinatutulog ng Biyenan ang sanggol ng mag-asawa. Buntis ang Asawa ni Leonardo. Darating si Leonardo, at mapag-uusapan ang kabayo na lubhang pinapagod ng lalaki. Ibabalita ng Asawa na ikakasal na ang kanyang pinsan, ang Nobya. Uungkatin ng Biyenan na ang Nobya ay dating kasintahan ni Leonardo. Maiiyak ang Asawa, at sasansalain siya ni Leonardo.

Isang Dalagita ang dadaan at magbabalita tungkol sa mamahaling medyas na regalo ng Nobyo sa Nobya. Pagkarinig ni Leonardo sa balita ng Dalagita, pagalit niyang sasabihan ito na wala siyang pakialam. Aalis si Leonardo. Magigising ang sanggol at ang Asawa at Biyenan ay magkatulong na ipaghehele ang bata.

Eksena 3

Dumating sa bahay ng Nobya ang Nobyo at ang Ina. Haharapin ng Ama ang Ina at Nobyo. Mapagkakasunduan ng Ina at Ama ang petsa ng kasal. Lalabas sa kanyang silid ang Nobya at tatanungin siya ng Ina kung nasisiyahan ba siya at magaganap na ang kasal.

Nasisiyahan daw siya. Nang sumang-ayon siya sa kasal, iyon ay dahil ginusto niya. Magpapaalam ang mag-ina.

Pagkaalis ng mag-ina, pupurihin ng Utusan ang mga regalo. Mainit ang ulo ng Nobya at wala siyang pakialam sa mga regalo. Uungkatin ng Utusan na nang nagdaang gabi, may lalaking nangangabayo na dumako sa kanilang bahay. Si Leonardo iyon, sabi ng Utusan, pero ayaw maniwala ng Nobya. Makakarinig sila ng ingay ng kabayo, at nang dungawin nila ang dumating, si Leonardo nga iyon.

IKALAWANG YUGTO
Eksena 1

Araw ng kasal. Binibihisan ng Utusan ang Nobya. Inis na itatapon ng Nobya sa sahig ang asahar. Pangangaralan ng Utusan ang Nobya, sasabihang kung ayaw nitong pakasal ay may panahon pa siyang umurong.

Maririnig na ang awitan ng mga bisitang papalapit na sa bahay ng Nobya. Pagbubuksan ang nangaunang dumating. Magugulat ang Utusan na ang unang bisita ay si Leonardo. Lalabas ng silid ang Nobya at magkakaharap sila ni Leonardo. Babanggitin ni Leonardo na kaya hindi sila nagkatuluyan ng Nobya ay dahil ang tanging maibibigay niyang dote ay dalawang baka lamang at isang dukhang kubo. Binawalan ng

Utusan ang dalawa na pag-usapan pa ang nakaraan. Nagda-ratingan na ang mga panauhin, at papasok ang mga mang-aawit. Patakbong papasok sa silid ang Nobya. Lilisan si Leonardo.

Sa gitna ng kasayahan, lalabas ng silid ang Nobya. Nakabihis na siya. Darating ang Nobyo at tatabihan ang Nobya. Darating ang Asawa kasama si Leonardo at babati sa ikakasal. Pagkakita ng Ina sa mag-asawang Felix, ihihinga niya sa Ama ang kanyang pagtutol. Sagot ng Ama, araw daw iyon ng pagpapatawaran. Para sa Ina, pwede niyang kimkimin ang galit pero hindi siya makapagpapatawad. Yayayain ng Asawa si Leonardo na magtuloy na sila sa simbahan.

Eksena 2

Naganap na ang kasal. Sa bahay ng Nobya, nag-uusap ang Ina at Ama tungkol sa inaasahang mga apong ibubunga ng kasal. Mag-uusap ang Nobyo at ang Asawa at idaraing ng huli na napakalayo ng kanilang tinitirahan. Imumungkahi ng Nobyo na bumili sila ni Leonardo ng lupang malapit sa bundok na mura lamang. Hindi nila kaya, sabi ng Asawa.

Nagsasayawan ang mga panauhin. May gumugulo sa isipan ng Nobya, at magugulat siya nang yakapin siya bigla ng Nobyo. Lumitaw-mawala si Leonardo sa dami ng panauhin. Nag-aalala ang Asawa na hindi niya makita kung nasaan ang kanyang kabiyak. Aayain ng Nobyo na magsayaw silang dalawa ng Nobya. Tatanggi ang Nobya at magdadahilang gusto niyang magpahinga sa kanyang silid. Mayamaya, hahanapin ng Ama ang Nobya. Hindi makita ng Utusan kung nasaan. Humahangos na papasok ang Asawa, sumisigaw na tumakas ang Nobya at si Leonardo, sakay sa kabayo. Kaagad nagtawag ang Ina ng mga kamag-anak na uusig sa tumakas na magsing-ibig.

IKATLONG YUGTO
Eksena 1

Gabi sa gubat. Tatlong Atsero ang nag-uusap tungkol sa dalawang takas. Hindi nasusuway ang simbuyo ng dugo pero hindi sila makatatakas sa mga umuusig sa kanila, at pati ang Nobyo ay mamamatay rin. Sisikat ang Buwan, na ang anyo ay kabataang atserong puti ang mukha. Magkukubli siya sumandali sa mga puno, at nang magpakitang muli ay may kasamang matandang Pulubi na balot na balot ng balabal na kulay berdeng magulang. Siya si Kamatayan.

Daraan ang Nobyo na may kasamang binatilyo. Madaraanan nila ang matandang Pulubi na magkukusang ituro sa kanila ang landas palabas sa gubat. Dalawang biyolin ang maririnig. Babalik ang mga Atsero. Dumadalangin sila sa kamatayan.

Lilitaw si Leonardo at ang Nobya. Sa matulaing palitan ng sumbat at pagsuyo, isinasa-tinig nila ang puwersa ng dugong nagbubuhol sa kanila sa isa't isa.

Muling lilitaw ang Buwan. Maririnig muli ang dalawang biyolin. Dalawang malakas na sigaw at mapuputol ang tugtog. Ibubukas ng Pulubi ang kanyang balabal at parang dambuhalang ibong tatayo ito sa gitna ng tanghalan. Mananatili sa tagpo ang Buwan.

Eksena 2

May dalawang dalagitang naglilikaw ng pulang sinulid habang umaawit. Darating ang Asawa at Biyenan ni Leonardo. Hinihintay nila ang pagdating ng dalawang bangkay.

Mamamalimos sa pintuan ng bahay ang Pulubi at isasa-laysay ang naganap na patayan.

Darating ang Ina, kasama ang isang Kapitbahay. Umiiyak ang Kapitbahay. Sasansalain ito ng Ina.

Darating ang Nobya at hihiling na siya ay makidalamhati kasama ng iba. Dadahasin ng Ina ang Nobya at sila'y aawatin ng Kapitbahay. Hindi siya patutuluyin sa bahay, hanggang sa pintuan lamang siya.

Walang luha ang Ina na itatangis ang kamatayan ng dalawang lalaking pinugto ang buhay ng isang kutsilyo.

ANG NAGSIGANAP

INA Balo, na patuloy pang ipinagngingitngit ang maagang pagkapatay sa asawa't panganay na anak na lalaki.

NOBYO Bunsong anak ng Ina, nakatakdang ikasal.

NOBYA Kasintahan ng Nobyo.

LEONARDO Dating kasintahan ng Nobya, kasal sa ibang babae.

ASAWA Asawa ni Leonardo, may isang anak at buntis.

AMA Ama ng Nobya.

UTUSAN

BIYENAN Ina ng Asawa.

BUWAN Simbolikong tauhan.

PULUBI Simbolikong tauhan, Kamatayan.

TATLONG ATSERO Simbolikong tauhan.

KAPITBAHAY

MGA DALAGITA

MGA BINATILYO

UNANG YUGTO

Eksena 1

Isang kwartong pinintahan ng dilaw.

NOBYO
(Habang pumapasok.) Inang.

INA
Ano 'yon?

NOBYO
Lalabas ako.

INA
Pasaan ka?

NOBYO
Sa ubasan. *(Paalis na.)*

INA
Hintay.

NOBYO
May kailangan ka?

INA
Ang almusal mo, anak.

NOBYO
Hindi bale na. Kakain ako ng ubas. Akin na ang kutsilyo.

INA
Para ano?

NOBYO
(Matatawa.) Pamitas ng ubas.

INA

(Pagigil na bumubulong habang hinahanap ang kutsilyo.) Ang kutsilyo, ang kutsilyo. Sumpaing lahat sila, at ang imbing umimbento sa mga iyan.

NOBYO

Iba na lang ang ating pag-usapan.

INA

At sa mga iskopeta, pistola, at sa pinakamunting kutsilyo, at pati na sa mga asada at tinedor sa tumana.

NOBYO

Ay, naku.

INA

Lahat ng puwedeng tumigpas sa katawan ng lalaki. Lalaking kaakit-akit, babagong bukad, pumunta sa ubasan, pumunta sa olibahang kanyang pag-aari, dahil kanya iyon, minana niya . . .

NOBYO

(Nakatungo.) Tama na.

INA

. . . at ang lalaking iyon ay hindi na nakauwi. At nakauwi man, ay para takpan siya ng palapa ng palma, o sabugan ng isang platong asin nang hindi mangamoy. Hindi ko kayang intindihin kung bakit nangangahas kang magdala ng kutsilyo sa katawan, at kung bakit ko pinapapayagang makapasok sa loob ng baul ang ahas.

NOBYO

Tapos ka na ba?

INA

Kahit mabuhay pa ako nang sandaang taon, wala akong ibang

gustong pag-usapan. Una, ang ama mo, na amoy clavel at halos tatlong taon ko lamang nakasiping. Tapos, ang kuya mo naman. Tama ba na ang munting bagay gaya ng pistola o isang kutsilyo ay kayang agawan ng buhay ang isang lalaki, lalaking sinlakas ng toro? Kailanman ay hindi ako mananahimik. Dumaraan ang mga buwan at tinutusok ang aking mga mata ng kawalang-pag-asa, na tumatagos hanggang sa kadulu-duluhan ng bawat hibla ng aking buhok.

NOBYO
(Malakas.) Puwede ba, tama na!

INA
Hindi, hindi puwedeng tama na. Sino'ng makapagbabalik sa ama mo sa akin? At sa kuya mo? Oo, may karsel nga. Pero para ano ba ang karsel? Lumalamon sila roon, nagsisigarilyo, nagtutugtugan. Ang dalawa kong bangkay, ginagapangan ng sukal, walang imik, nagiging alabok. Dalawang lalaking noo'y dalawang bulaklak. Ang mga mamamatay-tao, nasa karsel, malusog, nakamasid sa kabundukan.

NOBYO
Gusto mong patayin ko sila?

INA
Hindi. Nagsasalita ako ng ganito, kasi. . . Paano ako titigil ng pagsasalita gayong kita kong palabas ka ng pinto. Kasi. . . ayokong pumasa-bukid ka.

NOBYO
(Magtatawa.) Sama ka.

INA
Sana naging babae ka na lang. Hindi ka sana magpupunta sa batis, at magkasama tayong magbuburda ng senepa *(cenefa)* at ng mumunting tutang balahibuhin.

NOBYO

(Ikakawit ang isang braso sa ina at tatawa.) Inang, kung dalhin kaya kita sa ubasan?

INA

Ano naman ang gagawin ng isang matandang babae sa ubasan? Ititihaya mo ba ako sa ilalim ng mga talbos ng ubas?

NOBYO

(Bubuhatin ng dalawang braso ang Ina.) Ay, tanda, aling tanda, ali-aling tanda.

INA

Ang ama mo, dinadala niya ako roon. Magaling ang lahi niya, malakas ang dugo. Ang lolo mo, sa bawat kanto may naiwang anak. Ganoon ang gusto ko. Lalaki ang mga lalaki, ang trigo ay trigo.

NOBYO

Ako, Inang?

INA

Ikaw? Ano?

NOBYO

Kailangan pa bang ulitin ko?

INA

(Seryoso.) A!

NOBYO

Sa palagay mo, hindi dapat?

INA

Dapat.

NOBYO
Kung ganoon...

INA
Ang totoo, hindi ko alam. Ganyan, lagi akong ginugulantang. Alam ko, butihing bata siya. Hindi ba? Mayumi. Masipag. Siya ang nagmamasa ng tinapay na huhurnuhin niya. At siya ang tumatahi ng kanyang palda. Ganunpaman, tuwing babanggitin ko ang ngalan niya, parang may batong humahampas sa aking mukha.

NOBYO
Kalokohan.

INA
Kalokohan kung kalokohan. Ang alam ko, maiiwan akong nag-iisa. Ikaw na lang ang natitira sa akin, at ikalulungkot ko ang pag-alis mo.

NOBYO
Pero, isasama ka namin.

INA
Hindi. Hindi ko puwedeng iwan nang nag-iisa ang amo mo at ang kuya mo. Kailangan kong dalawin sila tuwing umaga, baka kung wala ako, ang isa sa mga Felix, ang pamilya ng mga mamamatay-tao, ay mamatay, at ilibing siya sa tabi ng aking mag-ama. At hindi maaari ang ganoon, hindi talaga. Huhukayin ko siya, gagamitin ko ang aking mga kuko, at mag-isa kong lulugasin siya sa pader.

NOBYO
(Paangil.) Andiyan na naman tayo.

INA

Patawad, anak. *(Hihinto.)* Gaano na katagal kayong may intindihan?

NOBYO

Tatlong taon. Tapos ko nang bayaran ang ubasan.

INA

Tatlong taon? May nobyo siya noon, di ba?

NOBYO

Ewan. Sa palagay ko, wala. Kailangang ang tingin ng babae ay sa kung sinong magiging asawa nila.

INA

Tama. Wala akong ibang tinitingnan noon. Tiningnan ko ang ama mo, at nang siya ay patayin nila, pader lamang sa harapan ko ang aking tiningnan. Ang babae at ang kanyang asawa, ganoon ang dapat.

NOBYO

Alam mo namang butihin ang nobya ko.

INA

Walang duda. Gayunpaman, sayang at hindi ko nakilala ang pagkatao ng kanyang ina.

NOBYO

Hindi na mahalaga iyon ngayon.

INA

(Titingnan ang anak.) Anak.

NOBYO

Ano 'yon?

INA

Iyan ang tunay. Tama ka. Kailan tayo mamamanhikan?

NOBYO

(Masaya.) Kung sa Domingong darating kaya?

INA

(Seryoso.) Dadalhan ko siya ng bronseng hikaw, iyong antigo, at bilhan mo siya. . .

NOBYO

Ikaw ang may nalalaman diyan…

INA

…ng medyas na kalado, at para sa iyo, dalawang terno… tatlo! Ikaw na lang ang naiwan sa akin.

NOBYO

Aalis na ako. Pupuntahan ko siya bukas.

INA

Sige, sige. At tingnan natin kung mabibigyan mo ako ng anim na apo, nang masiyahan naman ako. Kahit ilan pa ang gusto mo, tutal hindi nabuhay ang ama mo para mabigyan ako ng ganoong karaming anak.

NOBYO

Para sa iyo ang panganay!

INA

Sige, pero gumawa ka rin ng babae. Ang gusto ko kami ay magburda at gumawa ng puntas at mabuhay nang matiwasay.

NOBYO

Siguradong magugustuhan mo ang nobya ko.

INA

Magugustuhan ko. *(Tatayo upang halikan ang anak, pero magbabago ang isip.)* Lakad na, masyado ka nang malaki para halikan. Ang nobya mo na lang ang halikan mo. *(Hihinto. Sa sarili.)* Pag iyo na siya.

NOBYO

Aalis na ako.

INA

Ang lupain sa paligid ng munting molino, araruhin mo nang husto. Napapabayaan mo.

NOBYO

Gagawin ko.

INA

Samahan ka ng Diyos.

(Lalabas ang anak. Mananatiling nakaupo ang INA, na nakatalikod sa pintuan. Susungaw sa pintuan ang KAPITBAHAY, na ang bestida ay itiman ang kulay at nakatalukbong.)

INA

Tuloy ka.

KAPITBAHAY

Kumusta?

INA

Ganito.

KAPITBAHAY

Bumaba ako para manindahan at dumaan ako para tingnan ka. Ang layo-layo ng amin!

INA

Dalawampung taon nang hindi ako nakakarating sa pinakamataas na parte ng kalye.

KAPITBAHAY

Mukha namang malusog ka.

INA

Sa palagay mo?

KAPITBAHAY

Kung anu-ano ang nangyari. Kamakalawa, iniuwi nila ang anak ng kapitbahay ko, naputol ng makina ang dalawang kamay. *(Mauupo.)*

INA

Si Rafael mo, kumusta?

KAPITBAHAY

Iyon. Andoon pa rin. Madalas iniisip ko, ang anak mo at ang anak ko, mas mabuti nang andoon sila, nahihimbing, namamahinga, ligtas sa anumang aksidente na ikaiinutil nila.

INA

Tumahimik ka na nga lang. Ang lahat nang sinabi mo'y konswelo de bobo.

KAPITBAHAY

Ay!

INA

Ay!

(Walang salitaan.)

KAPITBAHAY
Ang anak mo?

INA
Kalalabas lang.

KAPITBAHAY
Sa wakas, nabili din niya ang ubasan.

INA
Sinuwerte.

KAPITBAHAY
At ngayon, pwede nang mag-asawa.

INA

(Tila naalimpungatan, ilalapit ang kanyang silya sa kinauupuan ng kapitbahay.)

KAPITBAHAY
(Pupwesto para makipaglihiman.) O, ano?

INA
Kilala mo ba ang nobya ng anak ko?

KAPITBAHAY
Butihing bata!

INA
Oo na, pero…

KAPITBAHAY
Pero, sino kaya ang nakakatalastas sa tunay niyang pagkatao? Nag-iisa siyang kapisan ng kanyang ama roon, sa pagkalayo-layo, mahigit na limampung kilometro ang layo sa pinakamalapit na bahay. Pero butihing dalaga. Sanay mapag-isa.

INA

Ang ina niya, kilala mo?

KAPITBAHAY

Kilala ko ang ina niya. Maganda. Maaliwalas ang mukha, parang mukha ng santo. Pero hindi ko na siya gusto, noon pa man. Hindi niya gusto ang asawa niya.

INA

(Mariin.) Aba, andami mo namang alam sa mga tao!

KAPITBAHAY

Patawad. Ayokong makasakit ng damdamin, pero iyan ang totoo. Ngayon kung disente siya o hindi, walang makakapagsabi. Hindi iyan pinag-usapan. Mapagmataas siya.

INA

O, iyan ka na naman!

KAPITBAHAY

E, tinanong mo ako.

INA

Buti pa sana walang nakakakilala sa alin man sa kanila—ang buhay at patay kapwa. Na para silang sukal na walang nakakakilala at basta na lamang tinatabas pagdating ng panahon.

KAPITBAHAY

Tama ka. Hindi basta-basta ang halaga ng anak mo.

INA

Totoo, hindi basta-basta. Kaya't iniingatan ko. May nakapagsabi sa akin na nagkaroon daw ng nobyo noon ang dalaga.

KAPITBAHAY

Maglalabinlimang taon siya noon. Mga dalawang taon nang

kinasal ang binata sa isang pinsan ng babae, sa totoo lang. Wala nang nakatatanda sa kanilang pagiging magnobyo.

INA
Pero natandaan mo.

KAPITBAHAY
E, tanong ka nang tanong kasi.

INA
Ang mga tao, gusto nilang malaman ang anumang makasasakit sa kanila. Sino ang nobyo?

KAPITBAHAY
Leonardo.

INA
Aling Leonardo?

KAPITBAHAY
Si Leonardo ng Familia Felix.

INA
(Mapapatayo.) Familia Felix!

KAPITBAHAY
Kumadre, ano namang kasalanan ni Leonardo sa kasong ito? Walong taon pa lamang siya nang mangyari ang lahat.

INA
Tunay. Pero marinig ko lang ang pangalang Felix ay bumabalik ang lahat. *(Nagngangalit.)* Felix, na may isinusubong mapait na abo sa aking bibig *(dudura)* at pilit akong napapadura, kailangang dumura para hindi makapatay ng tao.

KAPITBAHAY
Huminahon ka. Ano'ng makukuha mo kung gumanyan ka?

INA

Wala nga. Pero naiintindihan mo kung bakit.

KAPITBAHAY

Huwag mong labanan ang makapagpapaligaya sa anak mo. Huwag mo ng sabihin sa kanya. May edad ka na. Ako man. Ikaw, ako, manahimik na lang tayo.

INA

Wala akong sasabihin sa kanya.

KAPITBAHAY

(Hahalikan ang INA.) Wala.

INA

(Mahinahon.) Ang mga bagay-bagay…!

KAPITBAHAY

Alis na ako, at mayamaya pa'y pauwi na galing sa bukid ang mga lalaki ko.

INA

Napansin mo ba, pagkainit ng maghapon?

KAPITBAHAY

Ang mga batang naghahatid ng tubig sa mga mag-aani, nangitim na sa init. Adios, kumadre.

INA

Adios. *(Lalakad patungo sa pinto sa kaliwa. Sa kalagitnaan ng paglakad, hihinto at marahang magkukurus.)*

Telon

*Tirahang pinintahan ng kulay rosas, may mga
dekorasyong tanso at mga pumpon ng karaniwang
bulaklak. Sa gitna, isang mesang nilatagan ng mantel.
Umaga. BIYENAN ni LEONARDO, na may kargang
sanggol. Ipinaghehele ang sanggol. Ang ASAWA ay nasa
kabilang sulok, may medyas na sinusulsihan.*

BIYENAN

Meme, bata, meme
uyayi ng malaking kabayo
na ayaw uminom.
Itim ang tubig
sa pagitan ng mga sanga.
Pagdating sa puente,
huminto ito at kumanta.
Anak ko, sinong magsasabi
kung ano ang iniingatan ng tubig
na mahaba ang leeg
sa kanyang lunting salas.

ASAWA

(Sa mababang boses.) Tulog na, clavel, at ayaw uminom ng
kabayo.

BIYENAN

Tulog na, punong rosas,
at umiiyak na ang kabayo.
Sugatang paa,
nagyelong kilíng ng kabayo,
sa loob ng mga mata,
punyal na pilak.
Lumusong siya sa ilog,

ay, naku, lumusong!
Umaagos ang dugo,
mas matulin kaysa tubig.

ASAWA
Tulog na, clavel,
at ayaw uminom ng kabayo.

BIYENAN
Tulog na, punong rosas,
at umiiyak na ang kabayo.

ASAWA
Ayaw niyang salingin,
ang pampanging masámasâ
ng mainit-init na ngusong
may mga langaw na pilak.
Patungo sa matibay na bundok,
nag-iisang humalinghing,
inangkin ng patay na ilog
ang kanyang lalamunan.
Ay, malaking kabayo
na ayaw ng tubig!
Ay, hapdi ng niyebe,
kabayo ng liwayway.

BIYENAN
Huwag kang lalapit! Diyan ka lang,
sarhan ang bintana
ng sanga ng panaginip
at panaginip ng sanga.

ASAWA
Tulog na ang sanggol ko.

BIYENAN

Tahimik na ang sanggol ko.

ASAWA

Kabayo, may unan
ang sanggol ko.

BIYENAN

Ang kuna niya yari sa asero.

ASAWA

Ang kumot niya ay de-ilo.

BIYENAN

Meme, bata, meme.

ASAWA

Ay, malaking kabayong
ayaw ng tubig!

BIYENAN

Huwag kang lalapit! Diyan ka lang!
Pumunta ka sa bundok.
Sa mga lambak na kulay-abo,
naroon ang bisiro.

ASAWA

(Nakamasid sa sanggol.) Tulog na ang sanggol ko.

BIYENAN

Namamahinga na ang sanggol ko.

ASAWA

(Iniimpit ang boses.) Tulog na, clavel,
at ayaw uminom ng kabayo.

BIYENAN
(Tumatayo at iniimpit ang boses.) Tulog na, punong rosas,
at umiiyak na ang kabayo.

(Ilalabas ang bata. Papasok si LEONARDO.)

LEONARDO
Ang bata?

ASAWA
Natutulog.

LEONARDO
Kahapon, masama ang kanyang pakiramdam. Nag-iiyak
magdamag.

ASAWA
(Masigla.) Para siyang dalya ngayon. Ikaw, kumusta? Galing ka ba
sa panday?

LEONARDO
Kagagaling ko lang. Maniniwala ka ba, dalawang buwan ng
kinakabitan niya ng bakal ang kabayo, at lagi namang
natatanggal. Sa tingin ko, tinatanggal ng hayop sa batuhan.

ASAWA
Hindi kaya dahil palagi mong sinasakyan?

LEONARDO
Hindi. Halos hindi ko nga sinasakyan.

ASAWA
Kahapon, sabi ng mga kapitbahay, nakita ka raw sa duluhan ng
bukid.

LEONARDO
Sino ang nagsabi?

ASAWA
Iyong mga babaeng namumuti ng alcaparras. Nagulat nga ako. Andoon ka nga ba?

LEONARDO
Wala ako roon. Ano naman ang gagawin ko sa tigang na lugar na iyon?

ASAWA
Iyon nga ang sabi ko. Pero naliligo sa pawis ang kabayo.

LEONARDO
Nakita mo ba?

ASAWA
Hindi. Nakita ng Nanay.

LEONARDO
Kasama ba niya ang bata?

ASAWA
Oo. Baka gusto mo ng limonada?

LEONARDO
Iyong ang tubig ay malamig na malamig.

ASAWA
Bakit hindi ka umuwi para kumain?

LEONARDO
Kausap ko ang mga tagatimbang ng trigo. Lagi nila akong binabalam.

ASAWA
(Nagtitimpla ng inumin, banayad na banayad.) Maganda ba ang presyo nila?

LEONARDO
Hindi na masama.

ASAWA
Kailangan ko ng bagong bestida. Ang bata naman, ay gorang may mga laso.

LEONARDO
(Tatayo.) Sisilipin ko siya.

ASAWA
Ingat ka at tulog siya.

BIYENAN
(Papasok.) Aba, ay sino ang nangabayo at ikinarera ang pobreng hayop? Naroon sa ibaba, nakatali at kulang na lang ay lumuwa ang mata, parang nanggaling sa kabilang dulo ng mundo.

LEONARDO
(Paasik.) Ako.

BIYENAN
Patawad. Sa iyo nga pala siya.

ASAWA
(Nag-aalangan.) Kausap niya ang mga tagatimbang ng trigo.

BIYENAN
Wala akong pakialam kung malurit man siya. *(Mauupo.)*

(Walang salitaan.)

ASAWA
Ang limonada mo. Tama ba ang lamig?

LEONARDO
Oo.

ASAWA
Alam mo bang mamamanhikan na sila sa aking pinsan?

LEONARDO
Kailan?

ASAWA
Bukas. Ang kasal daw ay sa loob ng isa na lang buwan. Sana anyayahan tayo.

LEONARDO
Ewan.

BIYENAN
Sa tingin ko, hindi lasap sa loob ng ina ng lalaki ang kasal.

LEONARDO
May dahilan siguro. Dapat mag-ingat sa babaeng iyon.

ASAWA
Ayokong mag-isip ka nang masama sa isang butihing dalaga.

BIYENAN
Kaya niya nasabi iyan, dahil kanyang kilala siya. Kung hindi mo pa alam, tatlong taon niyang naging nobya siya. *(May pagpaparunggit.)*

LEONARDO
Pero iniwan ko siya. *(Sa asawa.)* O, iiyak ka na naman. Tama na. *(Pagahasang aalisin ang mga kamay na nakatakip sa mukha ng ASAWA.)* Halika, silipin natin ang bata. *(Lalabas silang magka-abrasiyete.)*

(Susungaw ang DALAGITA, masigla. Papasok siyang tumatakbo.)

DALAGITA
Senyora.

BIYENAN
O, ano'ng balita?

DALAGITA
Dumating ang nobyo sa tindahan at pinakyaw ang pinakamagagaling na bilihin doon.

BIYENAN
Mag-isa lamang siya?

DALAGITA
Hindi, kasama ang kanyang ina. Pormal, mataas ang tindig. *(Gagayahin.)* Pero maluho talaga.

BIYENAN
Mapera sila.

DALAGITA
Naku, bumili sila ng medyas na kalado!… Ay, pagkagagandang medyas! Medyas na pangarap ng alinmang babae! Ganito sila: may golondrina dito *(ituturo ang bukongbukong ng paa)*, barco diyan *(ituturo ang binti)*, at dito, isang rosas *(ituturo ang hita)*.

BIYENAN
Hoy, bata ka!

DALAGITA
Rosas na may similya at tangkay! Ay, naku! At lahat ay yari sa seda!

BIYENAN

Pagbibigkisin ang dalawang matibay na haligi.

(Papasok sina LEONARDO at ASAWA.)

DALAGITA

Pumarito ako para ibalita ang pinamili nila!

LEONARDO

(Mariin.) Hindi kami interesado!

ASAWA

Hayaan mo lang siya.

BIYENAN

Leonardo, maliit na bagay lamang iyan.

DALAGITA

Paumanhin po. *(Aalis na umiiyak.)*

BIYENAN

Kailangan bang awayin mo ang lahat ng tao?

LEONARDO

Puwede ba, huwag na kayong makialam? *(Mauupo.)*

BIYENAN

Wala akong sinabi.

ASAWA

(Kay LEONARDO.) Ano ka ba? Ano bang kumukulo diyan sa utak mo? Huwag mo naman akong walaing-bahala.

LEONARDO

Tigil ka.

ASAWA

Ayoko. Gusto ko, tumingin ka sa akin, at sabihin kung ano.

LEONARDO

Bayaan mo lang ako. *(Tatayo.)*

ASAWA

Saan ka pupunta, mahal?

LEONARDO

(Paasik.) Puwede ba, tumahimik ka lang?

BIYENAN

(Mariin, sa anak.) Tumahimik ka nga. *(Aalis si LEONARDO.)* Ang bata! *(Lalabas at magbabalik na karga ang bata.)*

(Mananatiling nakatayo ang ASAWA, hindi gumagalaw.)

Mga sugatang paa,
nagyelong kiling ng kabayo,
sa loob ng mga mata,
punyal na pilak.
Lumusong siya sa ilog,
umaagos ang dugo,
mas matulin kaysa tubig.

ASAWA

(Marahang umiikot, parang nananaginip.)

Tulog na, clavel,
at umiinom na ang kabayo.

BIYENAN

Tulog ka na, punong rosas,
at umiiyak na ang kabayo.

ASAWA

Meme, bata, meme.

BIYENAN
Ay, malaking kabayo,
na ayaw ng tubig!

ASAWA

(Dramatiko.)

Huwag kang lalapit! Diyan ka lang!
Masdan ang bundok.
Ay, kirot ng niyebe,
kabayo ng liwayway.

BIYENAN

(Umiiyak.)

Tulog na ang aking sanggol…

ASAWA

(Umiiyak at marahang lumalapit.)

Nagpapahinga na ang aking sanggol.

BIYENAN
Tulog ka na, clavel,
at umiinom na ang kabayo.

ASAWA

(Umiiyak na nakasandal sa mesa.)

Tulog ka na, punong rosas,
at umiiyak na ang kabayo.

Telon

Loob ng kwebang tahanan ng NOBYA. Sa likod, isang krus na gawa sa malalaking pulang bulaklak. Mga pintuang pabilog, na ang kurtinang puntas ay napapalamutian ng pulang laso. Sa mga dinding, na puti at yari sa matigas na materyal, may nakasabit na bilugang abaniko, may nakasandal na bangang asul, at mumunting salamin.

UTUSAN
Magsituloy po sila.

(Magiliw, puno ng pakunwaring pagpapapakumbaba. Pasok ang NOBYO at ang INA. Nakabihis ng itim na bestidang satin, nakamantilyang yari sa puntas. Nakasuot ang NOBYO ng korduroy na itim, may malaking gintong kadenang pangregalo.)

Magsiupo po sila. Lalabas na po ang maybahay. *(Lalabas.)*

(Mananatiling nakaupo ang mag-ina, walang galaw, parang istatwa. Matagal na paghihintay.)

INA
Ginamit mo ba ang relo?

NOBYO
Opo. *(Ilalabas at titingnan ang oras.)*

INA
Kailangang makauwi tayo nang maaga. Pagkalayo naman ng tirahan ng mga taong iyan.

NOBYO
Pero mataba ang lupain sa paligid.

INA

Mataba, pero masyadong malayo sa kapitbahay. Apat na oras na biyahe, pero wala tayong naraanang bahay, ni puno man lang.

NOBYO

Walang patubig dito.

INA

Kung naging sa ama mo ang lupaing ito, siniksik sana niya ng mga puno.

NOBYO

Kahit kulang sa tubig?

INA

Makakahanap iyon. Sa tatlong taong kasal kami, nakapagtanim siya ng sampung punong seresa. *(Gumugunita.)* Tatlong punong nogal sa tabi ng gilingan, isang buong ubasan, at isang punong kung tawagi'y Hupiter, na matingkad na pula ang bulaklak. Pero natuyot iyon.

(Walang salitaan.)

(Pasok ang AMA ng NOBYA. Napakatanda na, nagniningning ang puting buhok. Nakatungo siya. Tatayo ang INA at ang NOBYO at makikipagkamay na walang salitaan.)

AMA

Matagal ba ang biyahe ninyo?

INA

Apat na oras.

(Mauupo sila.)

AMA

Sa mas mahabang daan kayo dumaan.

INA

Masyado na akong matanda para dumaan sa gilid ng bundok sa tabing-ilog.

NOBYO

Nahihilo po siya.

(Walang salitaan.)

AMA

Masagana ang ani sa damong esparto.

NOBYO

Iyan po ang tunay.

AMA

Nang bata pa ako, kahit damong esparto ay ayaw tumubo rito. Kailangan pang kastiguhin ang lupa at iyakan, para mapakinabangan.

INA

Pero pinapakinabangan na ngayon. Huwag ka nang magreklamo. Wala kaming hihingin sa inyo.

AMA

(Hahalakhak.) Mas mayaman ka kaysa akin. Hindi basta-basta ang halaga ng mga ubasan mo. Bawat suloy ay kwartang tumataginting. Sa palagay ko—maiintindihan mo naman siguro—masyadong magkalayo ang ating lupain. Mabuti sana kung magkaratig na sila. Isang tinik sa aking lalamunan na may munting prutasang hindi akin na nakapagitna sa aking mga lupain, pero ayaw namang ibenta ng may-ari gayong inalok ko na sila ng santambak na kwarta.

NOBYO
Ay ganyan naman po palagi.

AMA
Kung maari nga lamang ay ipahihila ko sa dalawang pares na kalakian ang ubasan ninyo, at ilagay sa dalisdis na malapit dito. Napakasaya ko na kung magkakaganoon.

INA
Para ano naman?

AMA
Ang akin ay para sa aking anak, at ang iyo ay para sa iyong anak. Iyon ang dahilan. Para makitang magkaratig na ang dalawang lagay ng lupa. Ang ganda-ganda sana ng lahat pag magkaratig na ang mga iyan.

NOBYO
Pag nagkaganoon, menos ang trabaho.

INA
Pag patay na ako, puwede mong ipagbili ang lupa natin, at bilihin ang karatig ng kanila.

AMA
Magbili, bakit magbili? Aba, bumili dapat, kumadre, bumili. Kung nagkaanak ako ng lalaki, binili ko sana ang kabundukang nasa paligid, hanggang doon sa may batis. Hindi ito matabang lupain, pero kung tatrabahuhin, mapapataba ito. At dahil walang dumaraan, hindi ka mananakawan ng prutas, at puwede kang matulog nang mahimbing.

INA
Alam mo na kung bakit ako naparito?

AMA
Oo.

INA

Kung ganoon?

AMA

Wala akong dapat tutulan. Nagkausap na sila tungkol diyan.

INA

May kakayahan ang anak ko, at may pantustos.

AMA

Ang anak ko ay gayundin.

INA

Magandang lalaki ang aking anak. Wala pang karanasan sa babae. Ang kanyang dangal ay mas malinis pa sa kumot na maghapong pinaarawan.

AMA

Hindi ko na kailangang papurihan pa ang anak ko. Alas-tres pa lamang ng umaga, paglitaw ng tala sa umaga, nakaluto na siya ng tinapay. Hindi siya madaldal—sinlambot siya ng lana, alam niya ang lahat ng klase ng burda, at kaya ng kanyang ngipin na pumatid kahit lubid.

INA

Pagpalain ng Diyos ang kanyang tahanan.

AMA

Pagpalain nawa ng Diyos.

INA

Kailan mo gustong gawin ang kasal?

NOBYO

Sa Huwebes na darating.

AMA

Sa petsang iyan ay magbebeyntedos siya.

INA

Beyntedos! Iyan sana ang edad ng panganay ko kung siya ay buhay. Buhay sana siyang mainit ang laman at lalaking-lalaki, kung walang mga lalaking umimbento ng kutsilyo.

AMA

Ang bagay na iyan ay hindi na dapat pang isipin.

INA

Sa bawat sandali. Parating may nakadaklot na kamay sa dibdib.

AMA

Huwebes kung gan'on. Gan'on, hindi ba?

NOBYO

Gan'on nga po.

AMA

Ang ikakasal at tayong dalawa, sasakay sa kotse puntang simbahan, na masyadong malayo. Ang mga paryentes at bisita ay sa mga kariton at sa mga kabayo.

INA

Payag kami.

(Dadaan ang UTUSAN.)

AMA

Sabihin mo sa kanyang puwede na siyang lumabas. *(Sa INA.)* Ikatutuwa ko nang husto kung magugustuhan mo siya.

(Lalabas ang NOBYA. Mahinhin ang hulog ng kanyang mga kamay at nakatungo siya.)

INA

Lapit ka. Masaya ka ba?

NOBYA

Opo, senyora.

AMA

Hindi kailangang magpormal. Sa malao't madali'y magiging ina mo siya.

NOBYA

Masaya po ako. Umoo ako sa kanya, kasi kagustuhan ko iyon.

INA

Dapat lamang. *(Hahawakan ang baba ng dalaga.)* Tingnan mo ako.

AMA

Sa lahat ng bagay ay kapareho siya ng kanyang ina.

INA

Siyanga ba? Ang ganda niya! Alam mo ba kung paano ang buhay may-asawa, ineng?

NOBYA

(Pormal.) Alam ko po.

INA

Isang lalaki, ilang anak, at dalawang sukat na pader para sa iba pang dapat.

NOBYO

Mayroon pa bang ibang dapat?

INA

Wala na. Ang mabuhay kayong lahat, iyon na lang! Ang mabuhay kayo nang maluwat.

NOBYA

Pag-aaralan ko pong tuparin ang dapat.

INA

Tanggapin mo ang ilang regalo namin.

NOBYA

Salamat po.

AMA

Hindi ba kayo titikim ng kahit ano?

INA

Ayoko. *(Sa NOBYO.)* Ikaw?

NOBYO

Titikim ako. *(Dadampot ng dulse. Dadampot din ang NOBYA.)*

AMA

Vino?

INA

Hindi siya umiinom.

AMA

Mabuti!

(Walang salitaan. Nakatayo silang lahat.)

NOBYO

(Sa NOBYA.) Darating ako bukas.

NOBYA

Anong oras?

NOBYO

Alas-singko.

NOBYA

Hihintayin kita.

NOBYO

Tuwing aalis ako sa tabi mo, damdam ko ang matinding kawalan, at may hirin ang lalamunan ko.

NOBYA

Pag asawa na kita, mawawala na iyan.

NOBYO

Iyan din ang sabi ko.

INA

Halika na. Hindi nag-aantay ang araw. *(Sa AMA.)* Sang-ayon ka na ba sa lahat?

AMA

Sang-ayon ako.

INA

(Sa UTUSAN.) Adios, inday.

UTUSAN

Samahan po kayo ng Diyos.

> *(Hahalikan ng INA ang NOBYA at walang salitang lalakad palabas.)*

INA

(Nasa pintuan.) Adios, iha.

> *(Tutugunin ng kaway ng NOBYA.)*

AMA

Ihahatid ko kayo palabas.

> *(Aalis na sila.)*

UTUSAN

Sabik na sabik na akong makita ang mga regalo.

NOBYA

Tigil ka.

UTUSAN

Ay, anak, ipakita mo na sa akin!

NOBYA

Ayoko.

UTUSAN

Kahit iyong medyas na lang! Balita ko kalado ang lahat. Sige na!

NOBYA

Sabi nang ayoko!

UTUSAN

Pakiusap naman. O siya. Tila wala kang ganang magpakasal, a.

NOBYA

(Kagat-kagat ang kamay sa matinding ngitngit.) Ay!

UTUSAN

Nene, anak, anong problema mo? Nalulungkot ka ba't maiiwan mo na ang buhay-reyna? Huwag malulungkot na bagay ang isipin mo. Wala kang dahilan. Talagang wala. O, ating tingnan ang mga regalo. *(Aabutin ang kahon.)*

NOBYA

(Tatanganan ang pulso ng UTUSAN.) Bitiwan mo!

UTUSAN

Ay, babae ka!

NOBYA

Sinabi ko na, bitiwan mo!

UTUSAN

Aba, mas malakas ka pa sa lalaki, a!

NOBYA

Hindi ba't trabahong lalaki ang ginagawa ko? Sana, totoo ngang mas malakas ako!

UTUSAN

Huwag kang ganyan magsalita!

NOBYA

Tumahimik ka, sabi ko. Iba na lang ang ating pag-usapan.

(Unti-unting dumidilim ang eksena. Maluwat na walang salitaan.)

UTUSAN

May narinig ka bang kabayo kagabi?

NOBYA

Anong oras?

UTUSAN

Alas-tres.

NOBYA

Baka kabayong nahiwalay sa kawan.

UTUSAN

Hindi. May sakay.

NOBYA

Bakit mo alam?

UTUSAN

Dahil nakita ko. Nakaabang sa tapat ng iyong bintana. Nasindak ako nang husto.

NOBYA

Baka ang nobyo ko iyon. Kung minsan, dumaraan siya sa ganoong oras.

UTUSAN

Hindi.

NOBYA

Nakilala mo siya?

UTUSAN

Oo.

NOBYA

Sino siya?

UTUSAN

Si Leonardo.

NOBYA

(Malakas ang boses.) Sinungaling! Sinungaling! Bakit siya paparito?

UTUSAN

Naparito siya.

NOBYA

Tumahimik ka! Umurong sana ang dila mo!

(Maririnig ang ingay ng isang kabayo.)

UTUSAN

Halika, silipin mo. Siya ba?

NOBYA
Siya nga!

Mabilis na bababa ang telon

IKALAWANG YUGTO

Eksena 1

Sa dakong makapasok ng bahay ng NOBYA. Malaking pintuan sa likuran. Gabi. Lalabas ang NOBYA na nakaputing nagwas na batbat ng ruffle, hitik sa puntas at ribeteng burdado, at nakasuot ng korpinyong puti na nagbilad sa kanyang mga braso. Ganyan din ang bihis ng UTUSAN.

UTUSAN
Dito natin tapusin ang pag-aayos sa buhok mo.

NOBYA
Walang makatatagal sa loob dahil sa alinsangan.

UTUSAN
Sa lugar na ito, kahit madaling-araw na'y hindi pa rin lumalamig.

(Mauupo sa mababang silya ang NOBYA at titingnan ang sarili sa munting salaming hawak niya. Susuklayan siya ng UTUSAN.)

NOBYA
Taga-sityong maraming puno ang ina ko. Mula sa matabang kabukiran.

UTUSAN
Kaya naman masiglang-masigla siya!

NOBYA

Pero natuyot siya rito.

UTUSAN

Tadhana.

NOBYA

Tayo rin, nangatutuyot dito. Humihinga ng apoy ang mga dinding. Aruy, huwag mong ipakadiin!

UTUSAN

Gusto ko kasing pagandahin ang ondang ito. Gusto kong ang hulog nito ay sa noo. *(Sisilipin ng NOBYA sa salamin.)* Ang ganda-ganda mo! Ay naku! *(Sisiilin ng halik ang NOBYA.)*

NOBYA

(Pormal) Ituloy mo na ang pagsuklay.

UTUSAN

(Habang sinusuklayan ang NOBYA.) Ang palad-palad mo, na may lalaki kang mayayakap, mahahalikan, at madadama ang bigat!

NOBYA

Huwag kang maingay!

UTUSAN

Ang pinakamasarap ay paggising mo, nakasiksik siya sa iyo, at kinikiliti ang balikat mo ng kanyang hininga, tulad ng munting balahibo ng ibong ruisenyor.

NOBYA

(Malakas ang boses.) Hindi mo ba titigilan ang daldal?

UTUSAN

Pero, ineng! Ano ba ang kasal? Ganyan ang kasal, ganyan lamang. Mga dulse ba ito? Mga pumpon ng bulaklak kaya?

Hindi. Isang nagniningning na kama at isang lalaki at isang babae.

NOBYA
Hindi mo kailangan pang sabihin.

UTUSAN
Iba pang usapan iyan. Pero walang kasinsarap!

NOBYA
O, walang kasingsaklap!

UTUSAN
Mula rini hanggang diyan ang asahar, parang koronang nagbibigay-liwanag sa iyong buhok.

(Susubukan niyang ikabit ang isang pumpon.)

NOBYA
(Sisilipin sa salamin.) Alisin mo. *(Kukunin ang asahar, titingnan ito, at malumbay na mayuyukyok sa dibdib ang ulo.)*

UTUSAN
Anong ibig sabihin nito?

NOBYA
Bayaan mo lang ako.

UTUSAN
Hindi ito oras para maging malungkot. *(Pasisiglahin ang boses.)* Ikabit mo ang asahar.

(Ihahagis ng NOBYA ang asahar.)

Anak! Kakastiguhin ka ng Diyos dahil itinapon mo sa sahig ang korona. Tumunghay ka! Ibig mo bang sabihin ay ayaw mong magpakasal? Magsalita ka. Ngayo'y puwede ka pang umurong. *(Tatayo.)*

NOBYA

May dagim. May masamang hanging umiikot sa aking loob, sino ba ang umaayaw labanan ito?

UTUSAN

Mahal mo ang magiging asawa mo, hindi ba?

NOBYA

Mahal ko.

UTUSAN

Oo, oo, nakatitiyak ako.

NOBYA

Pero pagkabigat na hakbang itong gagawin ko.

UTUSAN

Kailangang gawin mo.

NOBYA

Naipangako ko na.

UTUSAN

Ikakabit ko na ang korona.

NOBYA

(Mauupo.) Dalian mo at magdaratingan na sila.

UTUSAN

Nakadalawang oras na sila sa biyahe.

NOBYA

Gaano ba ang layo natin sa simbahan?

UTUSAN

Pag sa sapa ang daan, tatlumpung kilometro, pag sa kalye doble ang layo.

(Tatayo ang NOBYA at magiging masigla ang UTUSAN pagkakita sa kanya.)

Gising na ang Nobya
ngayong umaga ng kasal.
Lahat ng ilog sa mundo,
dala-dala ang iyong korona!

NOBYA

(Nakangiti.) Halika na.

UTUSAN

(Tuwang-tuwang hahalikan ang NOBYA at sasayaw na paikot sa kanya.)

Gising,
kasabay ng berdeng sanga
ng laurel na hitik sa bulaklak.
Gising,
sa ngalan ng katawan at sanga
ng lahat ng punong laurel!

(Maririnig ang ilang malalakas na kalabog sa pintuan.)

NOBYA

Pagbuksan sila! Tiyak na iyan na ang mga naunang panauhin. *(Papasok sa loob ng bahay.)*

(Bubuksan ng UTUSAN ang pintuan. Magugulat siya.)

UTUSAN
Ikaw?

LEONARDO
Ako nga. Magandang umaga.

UTUSAN
Ang pinakauna sa lahat!

LEONARDO
Hindi ba't kumbidado ako?

UTUSAN
Oo.

LEONARDO
Kung ganoon, narito ako.

UTUSAN
Ang asawa mo?

LEONARDO
Nangabayo akong parito. Paparating siya, sa kalye dumaan.

UTUSAN
Wala kang nakasalubong na sinuman?

LEONARDO
Nilampasan sila ng aking kabayo.

UTUSAN
Papatayin mo ang hayop sa ganyang pagkarera sa kanya.

LEONARDO
Kung mamatay siya, ay patay siya.

(Walang salitaan.)

UTUSAN
Maupo ka. Wala pang bumabangon sa oras na ito.

LEONARDO
Ang ikakasal, nasaan?

UTUSAN
Ngayon din, pupuntahan ko siya at bibihisan.

LEONARDO
Ang nobya! Masaya siya dapat!

UTUSAN
(Babaguhin ang usapan.) Ang anak mo, kumusta?

LEONARDO
Alin?

UTUSAN
Ang anak mo.

LEONARDO
(Makakaalala na tila galing sa pananaginip.) A!

UTUSAN
Isinama ninyo?

LEONARDO
Hindi.

> *(Walang salitaan. Mga boses na umaawit, galing sa kalayuan.)*

BOSES
Gísing ang nobya,
umaga na ng kasal!

LEONARDO
Gísing ang nobya,
umaga na ng kasal!

UTUSAN
Ang mga bisita iyon. Malayo pa sila.

LEONARDO
(Tatayo.) Malaking korona ang isusuot ng nobya, hindi ba? Hindi
naman kailangang malaking-malaki. Kung medyo maliit, mas
babagay sa kanya. Inihatid na ba ng nobyo ang asahar na dapat
isabit sa dibdib ng nobya?

NOBYA
*(Lalabas galing sa loob, nakanagwas pa rin pero nakakabit na
ang asahar.)* Inihatid na.

UTUSAN

*(Malakas ang boses.) Huwag kang lumabas na ganyan
ang ayos mo!*

NOBYA
Wala akong pakialam. *(Pormal.)* Bakit mo itinatanong kung
naihatid na ang asahar? Mayroon ka yatang gustong palabasin.

LEONARDO
Wala. Ano naman kaya ang aking palalabasin? *(Lalapit sa
NOBYA.)* Ikaw, kilala mo ako, alam mong wala akong gustong
palabasin. Magsabi ka nga. Ano ba ang pagkakilala mo sa akin?
Buksan mo at balikan ang iyong gunita. Dalawang toro at isang
hamak na kubo, walang halaga halos ang mga iyan para sa iyo.
Iyon ang tinik na tumarak sa akin.

NOBYA
Bakit ka naparito?

LEONARDO
Para makita ang iyong kasal.

NOBYA
Ako rin, nakita ko ang kasal mo!

LEONARDO
Nakagapos sa iyo, ginapos ng mismong mga kamay mo. Maaari nila akong patayin, pero hindi ako papayag na ako'y duraan. Ang pilak, na sobrang makinang, kung minsa'y nandudura.

NOBYA
Sinungaling!

LEONARDO
Ayokong magsalita, dahil madaling mag-init ang dugo ko, at ayokong marinig ng mga bundok sa paligid ang mga boses na gustong kumawala sa aking bibig.

NOBYA
Mas malalakas ang boses na aking pinatahimik.

UTUSAN
Ang salitaan ninyo'y hindi na dapat masundan pa. Ikaw, hindi mo na dapat ungkatin pa ang tapos na.

(Titingin sa mga pinto ang UTUSAN, sakmal ng pag-aalala.)

NOBYA
Tama siya. Hindi na ako dapat makipag-usap pa sa iyo. Pero kumukulo ang dugo ko na dumating ka rito, para panoorin ako at manubok sa kasal ko, at may laman ang pagtatanong tungkol sa asahar. Umalis ka na, at hintayin ang asawa mo sa may puwerta.

LEONARDO

Gan'on ba, na ikaw at ako ay hindi na puwedeng mag-usap?

UTUSAN

(Galit na galit.) Hindi na! Hindi na kayo maaari pang mag-usap!

LEONARDO

Mula nang ako'y ikasal, gabi't araw ay iniisip ko, kung sino sa ating dalawa ang may pagkukulang, at matapos ang bawat pag-iisip, may bago at bago na namang pagkukulang na lalamon sa nauna. Pero lagi at lagi, may pagkukulang na naiiwanan!

NOBYA

Ang isang lalaking sakay ng kabayo ay maraming alam, at kayang-kaya niyang gamitan ng lakas ang isang babaeng walang alam, na napadpad sa disyerto. Pero may dangal ako. Iyon ang dahilan kung bakit ako magpapakasal. At pagkatapos ay magkukulong ako kasama ng asawa ko, na siyang dapat kong mahalin nang higit sa kaninuman.

LEONARDO

Walang magagawa ang dangal para sa iyo. *(Lalapit sa NOBYA.)*

NOBYA

Huwag kang lalapit!

LEONARDO

Ang manahimik habang natutupok sa pagnanasa, iyan ang pinakamalupit na parusang puwedeng ipataw natin sa ating sarili. Ano ang kabutihang naidulot sa akin ng aking dangal, nang di ko pagtingin sa iyo, ng pag-iwan sa iyong hindi nakakatulog gabi-gabi? Wala kahit ano! Wala kundi ang pag-alabin ako! Akala mo ba, hinihilom ng panahon ang bawat sugat? Natatakpan ng mga dinding ang paghihirap ng loob?

Hindi iyan totoo, hindi totoo! Kapag tumagos na sa ating kaloob-looban ang lahat-lahat, wala sinumang makababaklas sa kanila!

NOBYA
(Nanginginig.) Hindi ko kayang makinig sa iyo. Hindi ko kayang makinig sa boses mo. Para akong nilasing ng samboteng anis at nakatulog na balot ng kumot na mga rosas. Kinakaladkad ako ng boses mo, at alam kong malulunod ako, pero napadadala pa rin ako.

UTUSAN
(Dadaklutin ang mga sulapa ng amerikana ni LEONARDO.) Dapat ka nang umalis ngayon din!

LEONARDO
Huling beses ito na kakausapin ko siya. Huwag kang matakot.

NOBYA
Alam kong kahibangan ito, at alam ko ring nabubulok ang loob ko sa pagtitiis, pero narito ako at tahimik na nakikinig sa kanya, dahil nakikita kong gumagalaw ang kanyang mga bisig.

LEONARDO
Hindi ako maaaring matahimik hangga't hindi ko nasasabi ang lahat ng ito. Nagpakasal ako. Ngayon, magpapakasal ka.

UTUSAN
(Kay Leonardo.) At ikakasal siya!

BOSES

(Umaawit, papalapit na.)

Gising na ang nobya,
umaga na ng kasal.

NOBYA

Gising na ang nobya!

(Tumatakbong papasok sa kanyang kwarto.)

UTUSAN

Dumating na ang mga bisita. *(Kay LEONARDO.)* Huwag kang babalik, huwag kang lalapit sa kanya.

LEONARDO

Huwag kang mag-alaala. *(Lalabas sa gawing kaliwa.)*

(Nagsisimula nang magliwanag ang umaga.)

DALAGITA 1

(Papasok.)

Gising na ang nobya,
umaga na ng kasal;
umiikot ang sayaw, ang kanta,
bawat balkon, may sabit na korona.

UTUSAN

(Nagpapasaya.)

Hayaan mong gisingin ka
ng berdeng sanga
ng namumukadkad na pagsinta.
Hayaan mong ikaw ay gisingin
ng katawan at sanga
ng bawat punong laurel!

DALAGITA 2

(Papasok.)

Gising ka,
mahaba ang buhok,
puting-puti ang blusa,
may pilak ang charol na botas,
sa noo, hasming humahalimuyak.

UTUSAN

Ay, binibining pastol,
ang buwa'y nariya't nakasungaw!

DALAGITA 1

Ay, binata,
ang sombrero'y iwan sa olibahan!

BINATILYO 1

(Papasok, ang sombrero'y tangan ng kamay na nakataas.)

Gising na ang nobya,
mula sa mga bukirin, dumarating
ang kasal, umaawit, sumasayaw,
may bandehang puno ng dalya
at kakaning nagpapaligaya.

BOSES

Gising na ang nobya!

DALAGITA 2

Ikinabit na ng nobya
ang kanyang puting korona,
alay sa kanya ng nobyo,
may taling gintong laso.

UTUSAN

Sa lilim ng punong toronjil,
walang tulog ang nobya.

DALAGITA 3

(Papasok.)

Sa lilim ng baging naranjel,
may alay ang nobyo,
kutsara at mantel.

(Pasok ang tatlong PANAUHIN.)

BINATILYO 1
Gising ka, kalapati!
Kinalembang ng liwayway
mga kampana ng karimlan.

PANAUHIN 1
Ang nobya, busilak na nobya,
ngayo'y dalaga,
bukas ay senyora.

DALAGITA 1
Manaog na, morena,
kayod sa sahig ang traheng seda.

PANAUHIN
Manaog na, munting morena,
ang malamig na umaga,
may putong na hamogáng korona.

PANAUHIN 2
Gising, mutyang may-asawa,
simoy ng hangin,
may isinasabog na bango,
bulaklak ng dalanghita.

UTUSAN
Ipagbuburda siya
ng punong binalutan
ng mga granateng laso.
Sa bawat laso may kupidong
naglaladlad ng "Viva."

BOSES
Gising na ang nobya.

BINATILYO 1
Umaga na ng kasal mo!

PANAUHIN
Sa umaga ng kasal mo,
pagkagarang masdan,
bulaklak ng kabundukan,
pangarap ka ng kapitan.

AMA

(Papasok.)

Ang kabyak ng kapitan,
sa nobyo ikakasal,
hila ng mga toro
lahat-lahat nang yaman!

DALAGITA 3
Ang nobyo,
parang gintong bulaklak,
sa kanyang mga yapak,
bumubukad ang bulaklak.

UTUSAN
Ay, munting anak,
iyo ang magandang palad!

BINATILYO 2
Gising na ang nobya.

UTUSAN
Ay, ang gara-gara
ng aking munting anak!

DALAGITA 1
Mula sa mga bintana,
dinggin, isinisigaw,
narito na ang kasal.

DALAGITA 2
Magpakita na ang nobya!

DALAGITA 1
Magpakita ka, magpakita ka!

UTUSAN
Dinggin, mga kampana
ay kumakalembang,
dumudupikal, nagdiriwang!

BINATILYO 1
Dumarating na ang nobya!
Hayan, narito na!

UTUSAN
Tulad ng toro ang kasal,
bumangon na, dumaratal!

(Lalabas ang NOBYA. Nakaitim na trahe sa estilo ng
1900, may caderas [bustle] at mahabang buntot na
tadtad ng nakapleteng manipis na tela at pinatigas na
puntas. Ang kanyang buhok, na inayos upang may
ondang nakahulog sa kanyang noo, ay may putong na

asahar. Tutunog ang mga gitara. Hahalikan ang NOBYA
ng mga dalagita.)

DALAGITA 3
Anong pabango ang inilagay mo sa iyong buhok?

NOBYA
(Matatawa.) Wala.

DALAGITA 2
(Tinitingnan ang trahe.) Walang ganitong tela rito.

BINATILYO 1
Narito na ang nobyo!

NOBYO
Magandang umaga sa inyong lahat!

DALAGITA 1

(Lalagyan ng bulaklak ang tainga ng NOBYO.)

Ang nobyo,
parang gintong bulaklak.

DALAGITA 2
Hangin ng katiwasayan
ang sa mata niya'y sumisilay.

(Tatabihan ng NOBYO ang NOBYA.)

NOBYA
Bakit iyan ang suot mong sapatos?

NOBYO
Mas masayang tingnan kaysa itim.

ASAWA NI LEONARDO

(Papasok at hahalikan ang NOBYA.) Maligayang bati!

LEONARDO

(Papasok na napipilitan.)

Sa araw ng pag-aasawa,
puputungan ka namin ng korona.

ASAWA

Upang ang bukirin ay sumigla
sa dilig ng buhok mong kayganda.

INA

Bakit narito pa sila?

AMA

Kamag-anak sila. Araw ngayon ng patawad!

INA

Nagtitimpi ako, hindi nagpapatawad.

NOBYO

Putong na korona
sa buhok ng nobya,
kaliga-ligaya!

NOBYA

Dalian natin ang pagtungo sa simbahan.

NOBYO

Nagmamadali ka?

NOBYA

Oo. Gusto kong maging asawa mo na, manatili sa piling mo, at walang marinig kundi ang boses mo.

NOBYO

Iyan din ang gusto ko!

NOBYA

Mata mo lamang ang gusto kong titigan. At pag niyakap mo ako nang mahigpit, kahit pa ang tumawag sa akin ay ang ina kong yumao na, hindi ako puwedeng baklasin sa iyong mga bisig.

NOBYO

Malakas ang mga bisig ko. Aakapin kita nang buong higpit, apatnapung taon man ang sumapit.

NOBYA

(Dramatika, kakapit sa bisig ng NOBYO.) Hanggang walang hanggan!

AMA

Magmadali na tayo! Ihanda na ang mga kabayo at kariton! Mataas na ang araw!

INA

Mag-ingat sa paglakad ninyo! Wala sanang masamang mangyari!

(Ibubukas ang malaking pintuan sa likuran. Magsisimula na silang umalis.)

UTUSAN

(Umiiyak.)

Sa pag-alis mo ng bahay,
dalagang kalinis-linisan,
para kang bituing lumilisan
sa sangkalangitan.

DALAGITA 1

Sa iyong paglisan
para sa iyong kasal,
kaylinis ng katawan at kasuotan.

(Magsisimula nang mag-alisan ang mga tao.)

DALAGITA 2

Pag-alis mo ng bahay,
tuloy sa simbahan!

UTUSAN

Naglalatag ang hangin
ng bulaklak sa buhangin!

DALAGITA 3

Ay, neneng kalinis-linisan!

UTUSAN

Puntas sa kanyang mantilya
ay kulimlim na hangin.

*(Nakalabas na ang lahat. Maririnig ang mga gitara,
palillo at pandereta. Ang tanging naiwan ay sina
LEONARDO at ASAWA.)*

ASAWA

Tena.

LEONARDO

Pasaan?

ASAWA

Pasimbahan. Pero hindi ka mangangabayo. Sasama ka sa akin.

LEONARDO
Sa kariton?

ASAWA
E saan pa?

LEONARDO
Hindi ako naging lalaki para sumakay sa kariton.

ASAWA
Hindi ako naging babae para dumalo sa kasal na wala ang asawa. Hindi na puwede ang ganito!

LEONARDO
Sa akin man, hindi na puwede!

ASAWA
Bakit ganyan ka tumingin sa akin? May nanunusok na tinik sa mga mata mo.

LEONARDO
Halika na!

ASAWA
Hindi ko alam kung ano ang nangyayari. Pero pag nag-iisip ako gayong ayokong mag-isip ako. Isang bagay ang alam ko. Ngayon pa ma'y itinapon mo na ako. Pero may anak ako. At may sisilang pa. Ganyan talaga. Ganyan din ang tadhana ng aking ina. Pero hindi ako aalis dito.

(Mga boses sa labas.)

BOSES
Sa paglisan mo ng bahay
papunta sa simbahan,
parang bituin mong nililisan
ang sangkalangitan.

ASAWA

Parang bituin mong nililisan
ang sangkalangitan!
Ganyan din ako nang umalis ako sa bahay namin. Sa
katangahan ko, kayang ipasok ang buong kabukiran sa aking
bunganga.

LEONARDO

Halika na!

ASAWA

Pero magkasama tayo!

LEONARDO

Oo. *(Walang salitaan.)* Sige, lakad na! *(Lalabas na sila.)*

BOSES

Sa paglisan mo ng bahay,
papunta sa simbahan,
parang bituin mong nililisan
ang sangkalangitan.

MARAHANG PAGBABA NG TELON

Eksena 2

*Sa labas ng kweba ng NOBYA. Puting nag-aabo at
malamig na asul ang timpla ng kapaligiran.
Naglalakihang punong kaktus. Kulimlim at pinilakang
mga kulay. Malawak na tanawing nagtatanghal ng
mga mesetang (plateau) kulay barkilyos, lahat ay
matigas na parang tanawing nakalarawan sa mga
pangkaraniwang kagamitang seramika.*

UTUSAN

*(May inaayos na mga kopa at bandeha sa ibabaw ng
mesa.)*

Umiikot,
umiikot ang gulong,
ang tubig ay dumadaloy,
pagkat dumating ang kasal.
Hayaang mahawi ang mga sanga,
hayaang ang buwan ay magpaganda
sa kanyang puting barandilya.

(Sa malakas na boses.)

Ilatag ang mga mantel!

(Sa malumbay na boses.)

Umawit,
umawit ang mga bagong kasal,
at dumaloy ang tubig,
pagkat dumating ang kasal.
Hayaang magningning ang escarcha,
punuin ng pulot ang pait ng almendra.

(Sa malakas na boses.)

Ihanda ang alak.

(Sa boses na tila tumutula.)

Magarang dalaga,
pinakamagara sa lahat ng lupain,
masdan ang daloy ng tubig,
pagkat dumating na ang kasal,
likumin ang palda,
sa ilalim ng pakpak ng nobyo,
huwag nang lumabas ng bahay.
Ang nobyo ay isang kalapati,
na ang dibdib ay nagbabaga,
at inaabangan ng bukirin,
ang anas ng dugong bumubo.
Umikot,
umikot ang gulong,
ang tubig ay dumaloy.
Dumating na ang kasal,
hayaang magluningning ang tubig!

INA
(Papasok.) Sa wakas!

AMA
Kami ba ang nauna?

UTUSAN
Hindi. Kararating lamang ni Leonardo kasama ang kanyang asawa. Parang demonyong nagmamadali. Dumating ang asawang halos mamatay sa takot. Tinakbo nila ang daan na parang nangangabayo sila.

AMA

Ang taong iya'y humahanap ng disgrasya. Ang dugo niya'y hindi magaling.

INA

Anong magaling na dugo ang maaasahan sa kanya? Dugo ng buong pamilya niya. Galing sa kanyang kanunu-nunuan, na siyang nagsimula sa pagpatay, dumaloy sa ugat ng buktot na lahi, mga taong sanay magwasiwas ng kutsilyo, mga taong pakunwari ang ngiti.

AMA

Pabayaan na natin ang bagay na ito!

UTUSAN

Paano niya iyon mapapabayaan?

INA

Tagos ang sakit hanggang sa kadulu-duluhan ng ang aking mga ugat. Sa noo nilang lahat, ang nakikita ko lamang ay ang kamay na pumatay sa mahal ko sa buhay. Pag tiningnan mo ako, ako ba ang nakikita mo? Hindi ba para akong baliw? Tunay na baliw ako, dahil hindi ko naisigaw ang lahat ng gustong ilabas sa dibdib ko. Sa loob ko, may sigaw na laging nakaamba, at kailangang supilin ko at siilin sa ilalim ng aking balabal. Pero ang mga patay ko ay kailangang ilibing, at kailangan kong isusi ang aking bibig. Pagkatapos, may pagpulà ang mga tao. *(Tatanggalin ang balabal.)*

AMA

Hindi ito ang araw ng pag-alaala sa mga bagay na iyan.

INA

Pag nabanggit kasi sa usapan, kailangan kong magsalita. Lalo na sa araw na ito. Dahil mapag-iisa na ako sa aking bahay.

AMA

Pero mayroon ka nang maaasahang sasamahan ka.

INA

Iyan ang aking pangarap: ang magkaapo. *(Mauupo sila.)*

AMA

Gusto kong magkaroon sila ng maraming anak. Kailangan ng lupaing ito ng mga bisig na hindi bayaran. Kailangang patuloy na labanan ang sukal, ang mga damong ligaw, ang malalaking batong aywan kung saan galing. At ang mga bisig na iyan ay kailangang sa mga may-ari, na siyang magpaparusa, at magpapatupad ng dapat, at magpapatubo sa mga binhi. Kailangan ang maraming anak.

INA

At ilang anak na babae! Ang mga lalaki ay parang hangin. Gustuhin man o hindi, hahawak at hahawak sila ng armas. Ang mga anak na babae'y hindi kailanman lumalabas ng bahay.

AMA

(Masaya.) Natitiyak kong magkakaanak sila ng lalaki at babae.

INA

Kayang-kaya ng anak kong bigyan siya ng anak. Magaling ang binhing pinanggalingan niya. Kayang-kaya ng ama niyang bigyan ako ng maraming anak.

AMA

Kung maaari nga, ang lahat ng iyan ay mangyari sa iisang araw lang. Kung magkakagan'on, magkakaroon agad sila ng dalawa o tatlong lalaki.

INA

Pero hindi nangyayari ang ganyan. Matagal kang maghihintay.

At iyan ang dahilan kung bakit nakapanlulumo ang makitang dumanak ang dugo sa lupa. Bukal na dumaloy sa sansaglit lamang, pero maraming taon ang ating ginugol. Nang datnan ko ang aking anak, nakatimbuwang siya sa gitna ng kalye. Binasa ko ng dugo ang aking mga kamay at ang mga ito ay aking hinimod. Dahil siya ay akin. Hindi mo alam kung paano ang ganoon. Sa isang sisidlang kristal at tupasyo dapat inilagay ko ang lupang tinigmak ng kanyang dugo.

AMA
Ngayon, kailangan mong umasa. Malapad ang baywang ng anak ko at malakas ang anak mo.

INA
Kaya nga umaasa ako.
(*Tatayo ang dalawa.*)

AMA
Ihanda mo na ang mga bandeha ng trigo.

UTUSAN
Naihanda na.

ASAWA NI LEONARDO
(*Papasok.*) Sana'y sa mabuti humantong ang lahat!

INA
Salamat.

LEONARDO
Magkakaroon ba ng kasayahan?

AMA
Konti lang. Ang mga tao'y hindi puwedeng magtagal.

UTUSAN

Dumating na sila.

(Magpapasukan ang mga panauhin na pulu-pulutong at masasaya. Papasok ang NOBYO at NOBYA na magka-abrasyete. Aalis si LEONARDO.)

NOBYO

Wala pang kasalang dinaluhan ng ganito karaming tao.

NOBYA

(Matamlay.) Wala pa.

AMA

Hindi mapapantayan.

INA

Buo-buong sanga ng mga pamilya ang nakarating.

NOBYO

Mga taong di ugaling lumabas ng bahay.

INA

Mahusay maghasik ang ama mo, kaya't may inaani ka.

NOBYO

Mayroon nga akong mga pinsan na hindi ko na makilala.

INA

Mga kamag-anak na galing sa baybaying dagat.

NOBYO

(Tuwang-tuwa.) Natakot ba naman sa mga kabayo.

(Mag-uusap-usapan ang mga tao.)

INA

(Sa NOBYA.) Ano'ng iniisip mo?

NOBYA

Wala po akong iniisip.

INA

Mabigat dalahin ang maraming biyaya.

(Maririnig ang mga gitara.)

NOBYA

Simbigat ng tingga.

INA

(Mariin.) Hindi sila dapat ganoong kabigat. Dapat kasinggaan ka ng kalapati.

NOBYA

Dito ba kayo magpapalipas ng gabi?

INA

Hindi. Walang tao sa bahay.

NOBYA

Dapat dumito muna kayo!

AMA

(Sa INA.) Tingnan mo ang sayaw nila. Sayaw doon sa baybaying dagat.

(Papasok si LEONARDO at mauupo. Sa likuran niya, tatayo ang ASAWA na anyong tuwid na tuwid.)

INA

Pinsan sila ng aking asawa. Masyadong matigas ang katawan, parang bato, kaya't ganyan magsayaw.

AMA

Nakakatuwa silang panoorin. Nag-iba nang husto ang bahay na ito ngayong gabi! *(Aalis.)*

NOBYO

(Sa NOBYA.) Nagustuhan mo ba ang asahar?

NOBYA

(Nakatitig sa NOBYO.) Oo.

NOBYO

Ang mga bulaklak lahat-lahat ay yari sa balyena. Hindi masisira kailanman. Gusto ko sana mayroong nakasabog sa buo mong trahe.

NOBYA

Masyado na iyon.

(Lalabas si LEONARDO sa gawing kanan.)

DALAGITA 1

Halika, tanggalin natin ang mga aspile mo.

NOBYA

(Sa NOBYO.) Babalik ako kaagad.

ASAWA

Maging maligaya ka sana sa piling ng pinsan ko!

NOBYO

Tiyak iyon.

ASAWA

Didito kayong dalawa, hindi aalis kailanman, at magtatayo ng bahay. Ay, naku, ganito rin sana kalayo ang aking tirahan!

NOBYO

Bakit hindi kayo bumili ng sarili ninyong lupa? Mura lang sa bundok at doo'y mas mainam ang pagpapalaki ng anak.

ASAWA

Wala kaming pera. At sa ganitong kalagayan namin…

NOBYO

Magaling na trabahador ang asawa mo.

ASAWA

Oo nga, pero ang gusto niya'y palipad-lipad kung saan-saan. Dito ngayon, maya-maya'y doon naman. Tao siyang hindi mapakali.

UTUSAN

Ayaw mo bang uminom ng kahit ano? Ipagbabalot ko ang ina mo ng ilang roscos de vino. Gustong-gusto niya iyon.

NOBYO

Gawin mong tatlong dosena.

ASAWA

Naku, huwag. Tama na ang anim.

NOBYO

Iba ang araw na ito.

ASAWA

(Sa UTUSAN.) Si Leonardo?

UTUSAN

Hindi ko nakita.

NOBYO

Kasama siguro ng mga bisita.

ASAWA

Titingnan ko. *(Aalis.)*

UTUSAN

Magandang panoorin ang sayaw nila.

NOBYO

Bakit hindi ka nagsasayaw?

UTUSAN

Wala namang kumukuha sa akin.

*(Sa likod, magdaraan ang dalawang DALAGITA. Sa
buong panahon ng eksenang ito, mamamalas ang
masayang pagbagtas-bagtas ng mga tauhan.)*

NOBYO

(Masigla) Iyon ang hindi nila alam. Na ang mga matandang
kasariwaan, tulad mo, ay mas magaling sumayaw kaysa mga
dalagita.

UTUSAN

Aba, at nagpapapalipad ng masasarap na salita ang bata! Ang
pamilya mo talaga! Macho sa lahat ng macho! Munting bata pa
ako nang makita ko ang kasal ng lolo mo. Sa tikas na tikas lang!
Parang bundok ang ikinakasal.

NOBYO

Hindi ako kasingtangkad niya.

UTUSAN

Pero ang kislap sa kanyang tingin, nasa mata mo rin. O, ang
aking alaga?

NOBYO

Tinatanggal ang kanyang korona.

UTUSAN

Hoy! Teka. Para sa hatinggabi—alam ko, hindi ka matutulog—naghanda ako ng hamon at ilang malalaking kopa ng vinong antigo. Nasa bandang ibaba ng paminggalan. Baka kailanganin mo.

NOBYO

(Mangingiti.) Hindi ako kumakain sa hatinggabi.

UTUSAN

(Nakakaloko.) Kung hindi ikaw, baka ang nobya mo. *(Aalis.)*

BINATILYO 1

(Papasok.) Kailangang makipag-inuman ka sa amin!

NOBYO

Hinihintay ko ang aking asawa.

BINATILYO 2

Mamaya na iyon, pag madaling-araw na!

BINATILYO 1

Sa ganoong oras daw mas masarap!

BINATILYO 2

Sandali lang naman.

NOBYO

O, sige, halikayo.

> *(Lalabas sila. Maririnig ang masiglang pagkakaingay. Papasok ang NOBYA. Mula sa kabilang gilid ng entablado, tumatakbong papasok ang dalawang DALAGITA at sasalubungin siya.)*

DALAGITA 1

Kanino mo ibinigay ang unang aspile, sa akin o sa kanya?

NOBYA
Hindi ko matandaan.

DALAGITA 1
Sa akin, dito mo ibinigay sa akin.

DALAGITA 2
Sa akin, sa harap pa ng altar.

NOBYA
(Naguguluhan, may nagaganap na paglalaban sa kanyang kalooban.) Hindi ko alam.

DALAGITA 1
Gusto ko lang kasi na ikaw. . .

NOBYA
(Sasabat.) Wala akong pakialam. Marami akong iniisip.

DALAGITA 2
Ay, patawad.

(Tatawid si LEONARDO sa gawing likuran.)

NOBYA
(Mamamataan si LEONARDO.) Magulo ngayon ang bagay-bagay.

DALAGITA 1
Wala kaming kaalam-alam diyan.

NOBYA
Pagdating ng inyong sariling kasal, malalaman ninyo. Mabibigat ang mga hakbang na dapat isagawa.

DALAGITA 1
Nainis ka ba sa kanya?

NOBYA

Hindi. Kayong dalawa, patawad, ha?

DALAGITA 2

Wala iyon. Pero, bawat isa sa dalawang aspile, may galing para sa gustong makasal, di ba?

NOBYA

Oo, bawat isa.

DALAGITA 1

Basta, may mauuna sa ating dalawa, may mahuhuli.

NOBYA

Gustong-gusto ninyo talagang makapag-asawa na?

DALAGITA 2

(Napapahiya.) Oo, e.

NOBYA

Para ano?

DALAGITA 1

Kasi. . . *(Yayakap kay Dalagita 2.)*

(Tatakbong palabas ang dalawa. Papasok na anyong nanunubok ang NOBYO at aakapin ang nakatalikod na NOBYA.)

NOBYA

(Sindak sa sobrang gulat.) Bitiwan mo ako!

NOBYO

Natakot ka sa akin?

NOBYA

Ay, ikaw pala!

NOBYO

E sino pa kaya?

(Walang salitaan.)

Ang ama mo, o ako?

NOBYA

Oo nga, ano?

NOBYO

Siyempre, kung tatay mo, mas maluwag ang yakap.

NOBYA

(Mabigat ang loob.) Totoo!

NOBYO

Matanda na siya kasi. *(Yayakapin ang NOBYA nang mahigpit at may pagkabrusko.)*

NOBYA

(Tuyot ang boses.) Tama na.

NOBYO

Bakit? *(Pakakawalan ang NOBYA.)*

NOBYA

Kasi… ang daming tao. Makikita tayo.

(Tatawid muli sa likuran ang UTUSAN, na hindi tumitingin sa bagong kasal.)

NOBYO

E, ano? May basbas na naman ng pari.

NOBYA

Oo nga, pero lubayan mo muna ako… Mamaya na lang.

NOBYO

Bakit ba? Parang may kinatatakutan ka?

NOBYA

Wala ito. Huwag kang aalis.

(Papasok ang ASAWA ni LEONARDO.)

ASAWA

Nakakaabala yata ako…

NOBYO

Ano iyon?

ASAWA

Nagdaan ba rito ang aking asawa?

NOBYO

Hindi.

ASAWA

Kasi, hindi ko siya makita, e ang kabayo ay wala sa kuwadra.

NOBYO

(Sa masayang boses.) Siguradong ikinakarera niya iyon.

(Aalis ang ASAWA ng nag-aalaala. Papasok ang UTUSAN.)

UTUSAN

Ang sarap na maraming bumati sa inyo sa inyong kasal, hindi ba?

NOBYO

Sana matapos na ang batian. Medyo pagod na ang nobya.

UTUSAN

Ano ang problema, anak?

NOBYA

Parang mabibiyak ang ulo ko!

UTUSAN

Ang bagong kasal na galing sa kabundukang ito ay dapat maging matibay. *(Sa NOBYO.)* Ikaw lang ang makapagpapagaling sa kanya, kasi asawa mo na siya. *(Patakbong aalis.)*

NOBYO

(Yayakapin ang NOBYA.) Halika na, sayaw tayo nang konti.

(Hahalikan ang NOBYA.)

NOBYA

(Tila may kinatatakutan.) Ayoko. Gusto ko sanang mahiga kahit sandali.

NOBYO

Sasamahan kita.

NOBYA

Naku, hindi puwede! Ang daming tao rito. Ano na lang ang kanilang sasabihin! Bayaan mo lang akong manahimik sandali.

NOBYO

Kung iyan ang gusto mo. Pero huwag kang ganito mamaya, ha?

NOBYA

(Sa may pintuan.) Mabuti na ako mamaya.

NOBYO

Iyan ang gusto ko.

(Papasok ang INA.)

INA
O, anak.

NOBYO
Saan ka galing?

INA
Doon. Doon sa magugulo. Masaya ka ba?

NOBYO
Oo.

INA
Ang asawa mo?

NOBYO
Nagpapahinga nang konti. Nakakapagod ang ganitong araw sa bagong kasal tulad niya.

INA
Nakakapagod? E, ito ang pinakamagandang araw. Noong ikasal ako, ang damdam ko ay sinapit ko na ang dapat kong marating.

(Papasok ang UTUSAN papunta sa kwarto ng NOBYA.)

NOBYO
Uuwi ka ba?

INA
Oo. Dapat ay nasa bahay ako.

NOBYO
Mag-isa?

INA

Hindi mag-isa. Puno ang ulo ko ng kung ano-anong alaala. Mga lalaki, mga away.

NOBYO

Pero ngayon, ang mga away ay wala nang away.

(Papasok na nagmamadali ang UTUSAN. Patakbo siyang mawawala sa gawing likuran.)

INA

Habang buháy ka, may away ka.

NOBYO

Susundin kita sa tuwi-tuwina.

INA

Sikapin mong maging malambing sa asawa mo. Kung makita mong parang wala siya sa sarili, o kaya'y bugnutin, lambingin mo siya na masasaktan siya nang konti. Yapos na mahigpit, konting kagat na may kasunod na malambing na halik. Hindi iyong maiinis siya, konti lang para maipakita mo kung sino ang lalaki, kung sino ang dapat masunod. Natutuhan ko iyan sa ama mo. Dahil wala na siya, ako na ang dapat magturo sa iyo kung paano nagpapatibay ng depensa.

NOBYO

Gagawin ko ang lahat ng ipayo mo.

AMA

(Papasok.) Ang anak ko, nasaan?

NOBYO

Nasa loob po.

(Aalis ang AMA at hahanapin ang anak.)

DALAGITA 1

Tawagin ang bagong kasal! Gusto naming sumayaw.

BINATILYO 1

(Sa NOBYO.) Ikaw ang mangunguna!

AMA

(Papasok.) Wala siya roon.

NOBYO

Wala?

AMA

Umakyat siguro papunta sa beranda.

NOBYO

Tingnan natin siya. *(Aalis.)*

> *(Maririnig ang pagkakaingay ng mga tao at tutugtog ang mga gitara.)*

DALAGITA 1

Nagsisimula na! *(Aalis.)*

NOBYO

(Papasok.) Wala siya roon.

INA

(May pangamba.) Wala?

AMA

Saan kaya iyon nagpunta?

UTUSAN

(Papasok.) Ang bata, saan kaya naroon?

INA

(Pormal.) Hindi namin alam kung nasaan.

(Lalabas ang NOBYO. Tatlong panauhin ang papasok.)

AMA

(Dramatiko.) Pero, hindi kaya nagsasayaw?

UTUSAN

Hindi siya kasama sa sayaw.

AMA

(Galit.) Andaming tao diyan. Tingnan mo!

UTUSAN

Tiningnan ko na!

AMA

(Trahiko.) Nasaan kaya siya?

NOBYO

(Papasok.) Wala. Kahit saan, wala.

INA

(Sa AMA.) Ano ba ito? Nasaan ang anak mo?

(Papasok ang ASAWA ni LEONARDO.)

ASAWA

Tumakas sila! Tumakas sila! Siya at si Leonardo! Sakay ng kabayo. Tumakas silang magkayakap, ang bilis, parang bulalakaw.

AMA

Hindi iyan totoo! Hindi ang anak ko!

INA

Ang anak mo, oo! Tubo sa masamang ina. At siya, siya rin, siya. Pero asawa na siya ng aking anak!

NOBYO

Tugisin natin! Sino'ng may kabayo?

INA

Sino'ng may kabayo, dali, ngayon din, sino'ng may kabayo? Ibibigay ka ang lahat—ang aking mata, pati aking dila…

BOSES

Ako, meron.

INA

(Sa ANAK.) Sulong! Tugisin sila!

(Aalis ang NOBYO kasama ang dalawang binata.)

Huwag! Huwag ikaw. Ang mga taong iyon, magaling silang pumatay, at sa sang-iglap… Pero sige, habulin sila. At susunod ako!

AMA

Hindi siya iyon. Baka tumalon siya sa balon.

INA

Ang mga babaeng marangal at malinis, tumatalon sa tubig. Pero, siya, hindi. Asawa na siya ngayon ng aking anak. Dalawang pangkat. Meron ng dalawang pangkat dito.

(Papasok ang dalawang pangkat.)

Pamilya ko at pamilya mo. Walang maiiwan dito. Bilis, bilisan ang kilos. Tutulungan natin ang anak ko!

(Magbubukod-bukod ang dalawang pangkat.)

Dahil may mga kamag-anak siya, may mga pinsang galing sa dagat, at lahat ng taga-lati. Labas lahat! Saluysuyin ang lahat ng dadaanan nila! Dumating na naman ang oras ng dugo. Dalawang pangkat. Ikaw, kasama ang kaanak mo, ako, kasama ang akin. Tugisin sila! Tugisin sila!

TELON

IKATLONG YUGTO

Eksena 1

Gubat. Gabi. Malalaking masámasáng katawan ng mga punongkahoy. Kulimlim na kapaligiran. Maririnig ang dalawang biyolin. Papasok ang tatlong MANGANGAHOY.

MANGANGAHOY 1
Natagpuan na ba ang dalawa?

MANGANGAHOY 2
Hindi pa. Pero hinahanap sila sa lahat ng puwede nilang suutan.

MANGANGAHOY 3
Mahahanap sila.

MANG 1
Ssst!

MANG 2
Ano?

MANG 3

Parang palapit sila nang palapit, galing sa lahat ng daan, sabay-sabay.

MANG 1

Pagsikat ng buwan, kanilang makikita sila.

MANG 2

Dapat pabayaan na lang sila.

MANG 1

Malawak ang mundo. Puwedeng mabuhay ang lahat dito.

MANG 3

Pero papatayin nila sila.

MANG 2

Dapat mong sundin ang silakbo ng dugo.Tama ang ginawa nilang pagtakas.

MANG 1

Nilinlang nila ang kanilang mga sarili, pero pagkatapos ng lahat, ang dugo pa rin ang mas malakas.

MANG 3

Ang dugo!

MANG 1

Walang magagawa kundi sundin ang takbo ng dugo.

MANG 2

Pero ang dugong sikatan ng araw ay sinisipsip ng lupa.

MANG 1

Ganumpaman, ay ano? Mas mabuting patay, na dumaloy at sinipsip ang dugo, kaysa buhay, na ang dugo'y kulong at nabubulok.

MANG 3

Huwag kayong maingay!

MANG 1

Ano iyon? May naririnig ka ba?

MANG 3

Naririnig ko ang mga kuliglig, palaka, ang tambang-salakay ng gabi.

MANG 1

Pero hindi ang kabayo.

MANG 3

Hindi.

MANG 1

Marahil siya ngayo'y sinisipingan niya.

MANG 2

Ang katawan niya para sa kanya, ang kanya para sa nobya.

MANG 3

Sila'y mahahanap nila at papatayin sila.

MANG 1

Pag nahanap na sila, naghalo na ang kanilang dugo. Parang dalawang banga na wala nang laman, parang dalawang batis na wala nang tubig.

MANG 2

Madagim ang langit, madaling umiwas sa pagsikat ang buwan.

MANG 3

May buwan man o wala, mahahanap sila ng nobyo. Kita ko siya nang siya ay umalis. Parang talang sumisibat. Kulay-abo ang mukha. Nasa mukha niya ang tadhana ng kanyang buong angkan.

MANG 1
Ang angkan ng mga lalaking bangkay sa gitna ng kalye.

MANG 2
Iyan ang totoo!

MANG 3
Sa palagay mo ba ay makakalusot sila sa bilog ng mga tumutugis?

MANG 2
Mahirap mangyari iyon. Mayroong mga kutsilyo at baril na nakapaligid sa kanila.

MANG 3
Magaling ang kanyang kabayo.

MANG 2
Pero may kaangkas siyang babaeng may-asawa.

MANG 1
Malapit na tayo.

MANG 2
Isang punong may apatnapung sanga. Puputulin nating madalian.

MANG 3
Sumisikat na ang buwan. Dalian na natin.

(Mula sa kaliwa may bubukal na kaliwanagan.)

MANG 1
Ay, buwang sumisikat!
Buwan ng mga dambuhalang dahon.

MANG 2

Tabunan ng hasmin ang dugo!

MANG 1

Ay, buwang nag-iisa!
Buwan ng mga berdeng dahon!

MANG 2

Pilak sa mukha ng nobya.

MANG 3

Ay, masamang buwan!
Iwan sa masilim na sanga ang pag-ibig!

> *(Aalis ang mga MANGANGAHOY. Sa kaliwanagang
> galing sa kaliwa, lilitaw ang BUWAN. Ang BUWAN ay
> kabataang mangangahoy na puti ang mukha.
> Magkukulay maningning na asul ang tagpo.)*

BUWAN

Namimilog na sisne sa ilog,
Mata ng mga katedral,
Hinuwad na bukang-liwayway sa mga dahon,
Iyan ako; hindi nila ako maaaring takasan!
Sino ang nagkukubli, sino ang humihikbi
Sa kasukalan ng lambak?
Nag-iiwan ang buwan ng kutsilyong
Nakabitin sa hangin,
Nakaabang na tingga
Na gustong maging panghati ng dugo.
Papasukin ako! Narito akong pinagyelo
Ng mga dingding at mga kristal!
Bayaang buksan ko ang mga bubong at dibdib
Nang makapagpainit ako.
Giniginaw ako! Ang abo kong

Metal ng mga pangarap,
Hinahanap ang ituktok ng ningas
Sa mga kabundukan at lansangan.
Ngunit ang dinala sa akin ay niyebe
Sa balikat na marmol
At binaha ako ng matigas, malamig
Na tubig ng mga lawa-lawaan.
Kaya ngayong gabi,
Ang mga pisngi ko'y papupulahin ng dugo
Pati na ang talahib na sininsin
Sa malalapad na paa ng hangin.
Walang lilim ni sukal
Na tutulong sa kanila upang makatakas!
Gustong-gusto ko nang makapasok sa isang dibdib
Nang makapagpainit ako!
Gusto ko ng puso!
Mainit! Na bubulwak
sa kabundukan ng aking dibdib;
papasukin ako, ay, pagbuksan ako!

    (Sa mga sanga.)

Ayoko ng anumang anino. Kailangang makapasok
ang mga sinag ko kahit saan,
kahit sa madidilim na katawan ng mga puno,
gusto kong may bulong ng liwanag
upang sa gabing ito, ang aking mga pisngi
ay kulayan ng matamis na dugo,
pati ang mga talahib na nagkumpol-kumpol
sa malalapad na paa ng hangin.
Sino iyang nagtatago? Labas, sabi e!
Hindi. Hindi sila makatatakas!
Pag-aapuyin ko ang kabayo sa lagnat
na singningning ng diyamante.

(Maglalaho siya sa pagitan ng mga puno, at babalik ang entablado sa kulimlim nitong tanglaw. Papasok ang isang PULUBING BABAE, na lubos-lubosang nakalambong sa maninipis na telang kulay berdeng maitim. Nakapaa siya. Bahagya nang makita ang kanyang mukha sa pagitan ng mga tupi. Wala sa listahan ng mga tauhan ang pangalan ng personaheng ito.)

PULUBI

Umaalis ang buwan, at sila naman ay papalapit,
Hindi sila makalalampas. Susupilin ng lagaslas ng ilog,
kasama ng langitngit ng mga puno,
ang nasakunang lipad ng kanilang sigaw.
Kailangang dito maganap, at kaagad. Pagod na ako.
Buksan ang mga baul, at ang mga puting sinulid
ay nakaabang sa sahig ng kwarto
sa mabibigat na katawang may hiwa ang lalamunan.
Huwag bayaang magising ang kahit isang ibon,
bayaang tipunin sa palda ng hangin
ang kanilang panangis, at kasama nilang tumakas
sa ibabaw ng mga puno, o kaya'y ilibing sila
sa maputing burak.

(Naiinip.)

Ang buwang iyan, ang buwang iyan!

(Magpapakita ang BUWAN. Babalik ang matingkad na liwanag.)

BUWAN

Papalapit na sila.
May nagdaraan sa bangin, ang iba'y sa tabing-ilog.
Liliwanagan ko ang batuhan. Ano'ng kailangan mo?

PULUBI

Wala.

BUWAN

Malakas ang ihip ng hangin, dalawa ang talim.

PULUBI

Silayan ang chaleco at kalasin ang mga butones, malalaman na ng mga labaha ang daraanan nila.

BUWAN

Pero patagalin ang pagkapugto ng kanilang hininga. Sa ganoo'y patatagasin ng dugo sa mga daliri ko ang kanyang mayuming paswit.

Masdan at ang aking mga lambak ng abo ay gumigising, sabik sa puwenteng sukdulan ang pagbulwak!

PULUBI

Huwag natin silang palampasin sa batisan. Huwag maingay!

BUWAN

Narito na sila!

(Aalis. Mananatiling madilim ang entablado.)

PULUBI

Madali! Paliwanagin ang ilaw. Narinig mo? Hindi sila puwedeng tumakas!

(Papasok ang NOBYO, kasama ang BINATILYO 1.
Mauupo ang PULUBI at magtatalukbong ng kanyang balabal.)

NOBYO

Dito ang daan.

BINATILYO 1

Hindi mo na sila mahahanap.

NOBYO

(Malakas ang boses.) Oo, mahahanap ko sila!

BINATILYO 1

Sa palagay ko, sa ibang landas sila nagdaan.

NOBYO

Hindi. Kani-kanina lang may narinig akong matutuling yabag.

BINATILYO 1

Baka ibang kabayo.

NOBYO

(Dramatiko.) Makinig ka. Wala nang iba pang kabayo sa mundo, at ito iyon. Hindi mo ba alam iyon? Kung susunod ka sa akin, sumunod ka nang walang marami pang sinasabi.

BINATILYO 1

Gusto ko lang namang…

NOBYO

Tumahimik ka. Sigurado akong makakatagpo ko sila rito. Kita mo ang brasong ito? Hindi ko braso ito. Braso ito ng kuya ko, at ng ama ko, at ng lahat ng namatay sa pamilya namin. Labis-labis ang lakas nito, kayang bunutin ang punong ito, kasama ang ugat, kung gugustuhin ko. Magmadali na tayo, pagkat sa ramdam ko, nakabaon dito ang ngipin ng buong angkan namin, at imposibleng makahinga ako nang maluwag.

PULUBI

(Dadaing.) Ay!

BINATILYO 1

Narinig mo?

NOBYO

Doon ka pumunta, tapos umikot kang pabalik.

BINATILYO

Pangangaso ito.

NOBYO

Pangangaso, oo, ang pinakamalaking pangangaso na puwedeng gawin ninuman.

(Aalis ang BINATILYO. Nagmamadaling tutungo sa kaliwa [ang NOBYO] at matatalisod niya ang PULUBI, si KAMATAYAN.)

PULUBI

Ay!

NOBYO

Ano'ng gusto mo?

PULUBI

Giniginaw ako.

NOBYO

Saan ang punta mo?

PULUBI

(Palaging padaing, parang pulubi.)

Doon, malayo…

NOBYO

Saan ka galing?

PULUBI

Diyan, malayo.

NOBYO

Nakita mo ba ang isang lalaki at isang babae na sakay sa iisang kabayo?

PULUBI

(Magigising.) Teka... *(Titingnan ang NOBYO.)* Guwapong binata. *(Tatayo.)* Pero mas guwapo ka sana kung ikaw ay tulog.

NOBYO

Sabihin mo, magsalita ka, nakita mo ba sila?

PULUBI

Teka... Balikat na pagkalapad! Magustuhan mo kaya kung nakadiin iyan sa higaan? Magustuhan mo kaya kung hindi na kailangang itapak sa lupa ang mumunti mong paa upang makalakad?

NOBYO

(Yuyugyugin ang PULUBI.) Sabi ko, kung nakita mo sila? Nagdaan ba sila rito?

PULUBI

(Malakas ang boses.) Hindi pa sila nagdaraan. Pero paparating sila mula sa bundok. Hindi mo ba naririnig?

NOBYO

Hindi.

PULUBI

Baka hindi mo alam ang daan?

NOBYO

Pupunta ako, kahit ano pa ang daan.

PULUBI

Sasamahan kita. Talastas ko ang lupaing ito.

NOBYO

(Naiinip na.) O sige na, halika na! Saan tayo?

PULUBI

(Dramatiko.) Banda rini!

(Matuling magsisialis. Mula sa malayo, maririnig ang dalawang biyolin na kumakatawan sa gubat. Magbabalik ang mga MANGANGAHOY. May pasan silang palakol. Daraan silang marahan sa pagitan ng mga puno.)

MANG 1

Ay, kamatayang sumisikat!
Kamatayan ng malalapad na dahon.

MANG 2

Huwag buksan ang bulwak ng dugo!

MANG 1

Ay, kamatayang nag-iisa!
Kamatayan ng mga tuyong dahon.

MANG 3

Huwag tabunan ng bulaklak ang kasal!

MANG 2

Ay, kamatayang mapanglaw!
Mag-iwan ng berdeng sanga para sa pag-ibig.

MANG 1

Ay, kamatayang masama!
Mag-iwan ng berdeng sanga para sa pag-ibig.

(Aalis sila habang nag-uusap. Lilitaw sina LEONARDO at ang NOBYA.)

LEONARDO
Tumahimik ka!

NOBYA
Mula rito, mag-isa na akong lalakad.
Mauna ka na! Gusto ko'y bumalik ka!

LEONARDO
Tumahimik ka, sabi na.

NOBYA
Ang ngipin mo, ang iyong kamay,
kahit ano, gamitin mo
nang maalis ang metal ng kadenang ito,
at bayaan mo akong mamuhay sa limot
doon sa bahay sa aming lupain.
At kung ayaw mo akong patayin
gaya ng munting ahas,
ilagay mo sa kamay ng bagong kasal na ito
ang kanyon ng iyong riple.
Ay, anong pagtangis, anong apoy
ang sa aking ulo ay umaakyat!
Anong bubog itong bumabaon sa aking dila!

LEONARDO
Nagawa na natin! Tumahimik ka!
Silang umuusig sa atin ay malapit na,
at kailangang isama kita.

NOBYA
Kailangang daanin mo ako sa lakas!

LEONARDO

Bakit sa lakas? Sino ang nanguna
sa pagbaba sa hagdan?

NOBYA

Ako ang nanguna.

LEONARDO

Sino ang nagkabit
sa kabayo ng bagong riyenda?

NOBYA

Ako mismo. Totoo.

LEONARDO

At kaninong mga kamay
ang nagkabit ng aking espuwelas?

NOBYA

Ang mga kamay na ito na mga kamay mo rin,
na nang makita ka ay naghangad
baklasin ang mga sangang asul
at basagin ang tagistis sa iyong mga ugat.
Mahal kita! Mahal kita! Layuan mo ako!
Kung maaari lang patayin kita,
babalutin kita sa kumot na ang mga gilid
ay binurdahan ng bulaklak ng biyoleta.
Ay, anong pagtangis, anong apoy
itong sa ulo ko'y umaakyat!

LEONARDO

Anong bubog itong bumabaon sa aking dila!
Dahil hinangad kong limutin ka
at itayo ang isang bakod na bato
sa pagitan ng bahay mo at bahay ko.

Iyan ang totoo. Natatandaan mo ba?
Nang matanaw kita sa kalayuan,
sinabuyan ng buhangin ang aking mga mata.
Pero sakay ako ng kabayo
at ang kabayo'y tuloy-tuloy sa puerta mo.
At ang mga aspileng pilak na ginamit sa kasal,
pinaitim ang aking dugo,
at ang pangarap nating dalawa'y
sumukal dahil sa tumubong masamang damo.
Hindi ako ang may sala,
ang lupa ang may sala,
at ang halimuyak na inihihinga
ng suso mo at buhok.

NOBYA

Ay, anong kabalintunaan. Hindi ko ginusto
ang kama o pagkaing maibibigay mo,
pero walang nagdaang sandaling
hindi ko hinangad makapiling ka,
dahil kinakaladkad mo ako, at sunod naman ako,
at ngayong sinasabi mong umuwi ako,
susundan kita sa hangin, parang dahon
ng damong pinigtas ng hangin.
Tinalikdan ko ang isang lalaking matibay
at ang lahat niyang kaanak
habang ipinagdiriwang ang kasal,
at suot ko ang koronang asahar.
Ikaw ang pagdurusahin
at ayokong mangyari iyon.
Bayaan mo na ako! Tumakas ka!
Wala sinumang magtatanggol sa iyo.

LEONARDO

Sa mga punongkahoy,
humuhuni ang mga ibon sa umaga.
Sa gilid ng batuhan,
naghihingalo ang gabi.
Halika sa madilim pang sulok,
doon kita mamahalin magpakailanman,
at wala akong pakialam sa lahat ng tao
at sa kamandag na ibubuga nila sa atin.

(Buong higpit na yayakapin ang NOBYA.)

NOBYA

At hihimlay ako sa paanan mo
babantayan ko ang magiging panaginip mo.
Hubad, pagmamasdan ang bukirin,

(Dramatika.)

parang asong inahin,
at ganoon talaga ako! Ay, tinitingnan kita
at tinutupok ako ng tikas at pang-akit mo.

LEONARDO

Sinusunog ng apoy ang apoy.
Iisang munting ningas
ang papatay sa binigkis na dalawang uhay.
Halika na!

(Kakaladkarin ang NOBYA.)

NOBYA

Saan mo ako dadalhin?

LEONARDO

Doon sa hindi mapupuntahan

ng mga lalaking humahanap sa atin.
Doon sa puwede kitang titigan!

NOBYA

(Sarkastika.)

Dalhin mo ako sa lahat ng peryahan,
kahihiyan ng babaeng kasal at marangal,
nang makita ako ng lahat ng tao,
nakaladlad ang mga kumot ng aking kasal,
parang bandilang nilalaro ng hangin.

LEONARDO
Ako man, gusto kitang iwan
kung mag-iisip ako tulad ng ibang tao.
Pero kung saan ka pupunta, pupunta rin ako.
Ganoon ka rin. Humakbang ka. Subukan mo.
Mga pako ng buwan ang naghugpong sa atin,
sa baywang ko at sa baywang mo.

*(Puno ng dahas ang buong eksena, puno ng malakas na
senswalidad.)*

NOBYA
Narinig mo?

LEONARDO
Dumarating sila.

NOBYA
Takas na!
Dapat lang mamatay ako rito,
nakalubog ang paa sa tubig,
may putong na tinik ang ulo.
Dapat lang tangisan ako ng mga dahon,
may-asawang naligaw at birhen pa.

LEONARDO

Huwag kang maingay! Umaakyat na sila.

NOBYA

Takbo na!

LEONARDO

Tumahimik ka. Baka marinig nila tayo.
Sa likuran ka. Tena, sabi!

NOBYA

Tayong dalawa, isang bigkis.

LEONARDO

(Yayakapin ang NOBYA.)

Kung ano'ng ibig mo!
Kung paghiwalayin nila kita,
iyo'y dahil ako'y patay na.

NOBYA

At ako'y bangkay na.

(Lalabas silang magkayakap. Marahang-marahang lilitaw ang BUWAN. Mapupuno ng matingkad na asul na liwanag ang entablado. Maririnig ang dalawang biyolin. Biglang-bigla, dalawang mahabang sigaw ang hihiwa sa pandinig at mapuputol ang musika ng mga biyolin. Sa ikalawang sigaw, lilitaw ang PULUBI at mananatiling nakatalikod. Ibubukas ang kanyang balabal at tatayo sa gitna ng entablado na parang dambuhalang ibon na pagkalalaki ng mga pakpak. Hihinto ang BUWAN. Bababa ang telon sa gitna ng lubos-lubosang katahimikan.)

TELON

*(Puting tahanan, may mga arko at makakapal na pader.
Sa kanan at sa kaliwa, mapuputing hagdanan.
Malaking arko sa likuran at dingding na kapareho ang
kulay. Pati ang sahig ay maningning na puti.
Mararamdamang monumental na parang simbahan
ang simpleng tirahang ito. Walang bahid na kulay-abo o
anino, kahit na iyong kailangan para lumikha ng
perspektib.)*

*(Dalawang DALAGITANG nakabihis ng kulay asul-
marino ang may iniikid na bungkos ng pulang sinulid.)*

DALAGITA 1
Lana, pulang lana,
magiging ano ka?

DALAGITA 2
Hasmin ng bestida,
kristal na papel.
Isinilang nang alas-kwatro,
patay nang alas-dies.
Maging sinulid na lana,
kadena sa iyong paa,
bigkis na hahapit,
sa laurel na mapait.

BATANG BABAE
(Umaawit.) Nasa kasal ka ba ?

DALAGITA 1
Wala.

BATANG BABAE

Ako man, wala rin!
Ano kaya ang nangyari
sa mga talbos sa ubasan?
Ano kaya ang nangyari
doon sa lilim ng sanga ng oliba?
Ano ang nangyari
at walang nakabalik?
Nasa kasal ka ba?

DALAGITA 2

Sinabi na namang wala.

BATANG BABAE

Ako man, wala rin!

DALAGITA 2

Bungkos, bungkos,
ano'ng aawitin mo?

DALAGITA 1

Sugat na balyena,
kirot ng halamang arrayan.
Tulog pag umaga,
sa gabi'y gising.

BATANG BABAE

(Nasa pintuan.)

Natalisod ang sinulid
sa batuhang matalim.
Pinaraan ito
ng mga asul na bundok.
Takbo, takbo, takbo,

hanggang makasapit
at matangnan ang kutsilyo
at hiwain ang tinapay.

(Aalis.)

DALAGITA 2
Bungkos, bungkos,
ano'ng gusto mong sabihin?

DALAGITA 1
Kalaguyong walang imik,
Nobyong pulang-pula.
Sa pasigang binihisan,
Kita kong nahandusay.

(Hihinto at titingnan ang bungkos ng lana.)

BATANG BABAE

(Sisilip sa pintuan.)

Takbo, takbo, takbo,
hanggang dito ang sinulid.
Ramdam kong dumarating
silang kulapol ng putik.
Katawang unat at tuwid,
mga kumot na garing.

(Aalis. Lilitaw ang ASAWA at ang BIYENAN ni LEONARDO. Kapwa sila hapis ang itsura.)

DALAGITA 1
Parating na ba sila?

BIYENAN
(Paasik.) Hindi namin alam.

DALAGITA 2

Anong maikukuwento ninyo tungkol sa kasal?

DALAGITA 1

Sige naman, magkuwento kayo.

BIYENAN

(Walang gana.) Wala.

ASAWA

Gusto kong bumalik para malaman ko ang lahat.

BIYENAN

(Mariin ang boses.)

Ikaw, sa bahay mo.
Matapang at nag-iisa sa bahay mo.
Magpakatanda at magdalamhati.
Pero nakapinid ang pintuan.
Hindi na, magpakailanman. Hindi patay, hindi rin buhay.
Ipapako natin ang mga bintana.
At daraan ang tag-ulan at ang mga gabi
sa mga damong mapapait.

ASAWA

Ano kaya ang nangyari?

BIYENAN

Huwag mo nang intindihin iyon.
Takpan mo ng belo ang mukha mo.
Ang mga anak mo ay iyo,
iyon lang. Sa inyong kama,
maglagay ka ng krus na abo
sa lugar ng kanyang unan.

(Lalabas sila.)

PULUBI

(Sa pintuan.) Kapirasong tinapay, mga anak.

BATANG BABAE

Alis!

(Magkukumpulan ang mga dalagita.)

PULUBI

Bakit?

BATANG BABAE

Kasi, ngumunguyngoy ka. Alis na!

DALAGITA 1

Nene!

PULUBI

Puwedeng ang hiningi ko ay ang mga mata mo! May kasunod akong ulap ng mga ibon. Gusto mo ng isa?

BATANG BABAE

Gusto kong umalis ka!

DALAGITA 2

(Sa Pulubi.) Huwag mo nang pansinin iyan!

DALAGITA 1

Sa daan sa batis ka ba nagdaan?

PULUBI

Doon ako nagdaan.

DALAGITA 1

(Nakikimi.) Maaari bang magtanong?

PULUBI

Kita ko sila. Saglit na lang at narito na sila: dalawang agos na ngayo'y napipi na sa pagitan ng malalaking bato, dalawang lalaking nabulagta sa paanan ng kanilang kabayo. Mga bangkay sa gitna ng gabing sakdal ganda.

(Sarap na sarap sabihin.)

Mga bangkay, oo, mga bangkay.

PULUBI

Luray na bulaklak ang mata, ang ngipin nila
dalawang dakot ng niyebe na nagyelo.
Kapwa sila bumulagta, at nagbabalik ngayon ang Nobya,
may bahid ng dugo ang saya at buhok.
At dumarating sila, balot ng dalawang kumot,
Pasan ng dalawang matangkad na binatilyo.
Gan'on lang iyon, tapos. Sadyang gan'on ang dapat.
Ang ginintuang bulaklak, may kulapol na buhangin at burak.

*(Aalis. Nakatungo at tila umiindak, lalabas ang
dalawang DALAGITA.)*

DALAGITA 1

Putikang buhangin.

DALAGITA 2

Sa ibabaw ng gintong bulaklak.

BATANG BABAE

Sa ibabaw ng gintong bulaklak,
karga nila galing sa batisan ang dalawang umiibig.
Kayumanggi ang isa,
kayumanggi ang ikalawa.
Anong ruwisenyor ng lilim ang lumilipad at tumatangis
sa ibabaw ng gintong bulaklak!

(Aalis. Maiiwang walang tao ang entablado. Lilitaw ang INA at ang KAPITBAHAY. Umiiyak ang KAPITBAHAY.)

INA

Tumahimik ka!

KAPITBAHAY

Hindi ko kaya.

INA

Tumahimik ka sabi. *(Sa pintuan.)* Wala bang tao rito? *(Itututop sa noo ang dalawang kamay.)* Kailangang tanungin ko ang aking anak. Pero ang anak ko ngayon ay isa ng bungkos ng tuyong bulaklak. Ang anak ko ay isa ng malabong boses mula sa likod ng kabundukan. *(Magsisiklab, sa KAPITBAHAY.)* Puwede ba, tumahimik ka? Ayoko ng iyakan sa bahay na ito. Ang luha mo ay luhang galing sa mata, ganoon lang. Ang sa akin ay tutulo pag ako'y nag-iisa na, galing sa talampakan ng aking mga paa, galing sa aking mga ugat, at mas mainit kaysa kaninumang dugo.

KAPITBAHAY

Sumama ka sa bahay ko. Huwag kang tumigil dito nang mag-isa.

INA

Dito. Gusto kong dumito ako. At tiwasay. Patay na silang lahat. Matutulog ako pag hatinggabi, matutulog na walang pagkatakot sa riple o kutsilyo. Dudungaw sa bintana ang ibang mga ina, basang-basa ng ulan, para sinuhin ang mukha ng kanilang mga anak. Ako ay hindi. Ang panaginip ay gagawin kong isang malamig na kalapating garing na maghahatid ng kamelya sa kamposanto. Pero ayoko, hindi kamposanto, hindi kamposanto. Himlayang lupa, kamang kukupkop sa kanila at maghehele sa kanila sa kalangitan. *(May babaeng nakaitim na*

papasok, tutungo sa gawing kanan, at luluhod. Sa KAPITBAHAY.)
Alisin mo sa iyong mukha ang mga kamay mo. Nakapanlulumo
ang mga araw pang darating. Ayokong makipagkita
kaninuman. Ang lupa at ako. Ang pagtangis ko at ako. At ang
apat na dingding na ito. Ay! Ay! *(Mapapaupo sa pagkahapo.)*

KAPITBAHAY
Mahabag ka naman sa iyong sarili.

INA
(Susumpingin ang buhok palikod.) Kailangang huminahon ako.
(Mauupo.) Dahil magdaratingan ang mga kapitbahay at
ayokong makita nila akong kawawang-kawawa. Pobreng-
pobre! Isang babaeng wala kahit isang anak na puwedeng
akapin at halikan.

KAPITBAHAY
(Makikita ang NOBYA, mabalasik.) Saan ka pupunta?

NOBYA
Dito.

INA
(Sa KAPITBAHAY.) Sino iyon?

KAPITBAHAY
Hindi mo kilala?

INA
Kaya ako nagtanong kung sino. Dahil kailangan kong makilala
siya, para hindi ko ibaon sa kanyang leeg ang aking mga ngipin.
Ahas! *(Lalapitan ang NOBYA na nagpuputok, pero pipigilin ang
sarili. Sa KAPITBAHAY.)* Kita mo siya? Narito siya, at umiiyak, at
ako naman ay mahinahon, hindi dinudukot ang kanyang mga
mata. Hindi ko maintindihan ang aking sarili. Baka kaya hindi ko

minahal ang aking anak? Pero ang kanyang dangal? Nasaan na ang kanyang dangal?

(Bubugbugin ang NOBYA. Babagsak ito sa sahig.)

KAPITBAHAY
Por Dios! *(Sisikaping paghiwalayin ang dalawa.)*

NOBYA
Bayaan mo siya! Pumarito ako upang patayin niya at nang maisama na ako sa kanila. *(Sa INA.)* Pero huwag sa pamamagitan ng iyong kamay. Ang gamitin mo ay kawit, o karit kaya, at iyong may puwersa hanggang magkabali-bali sa aking mga buto. Bayaan mo siya! Gusto kong malaman niya na malinis ako, na kung ako man ay loka-loka, maaari nila akong ilibing na kailan man ay walang sinumang lalaki ang nakamalas sa kaputian ng aking dibdib.

INA
Tama na, tama na. Ano ang halaga niyan sa akin?

NOBYA
Pagkat sumama ako sa ibang lalaki, tumakas ako! *(Naghihirap ang loob.)* Ikaw man, gagawin mo ang ginawa ko. Babae akong nag-aalab, sugatan sa loob at labas, at ang anak mo ay isang lagok na tubig na inasahan kong magdudulot sa akin ng mga anak, ng lupa at ng kalusugan! Pero ang ikalawa ay isang madilim na ilog, na puno ng mga sanga, nagdala sa akin ng lawiswis ng mga talahib at ng pabulong na pag-awit. At nagpaanod ako kasama ng anak mo na tila munting supling ng tubig na malamig, at ang ikalawa ay nagpasugo ng daan-daang ibong humadlang sa aking paglakad at nag-iwan ng pinong yelo sa aking mga sugat bilang kawawang babaeng tuyot, bilang dalagitang hinihimas ng apoy. Hindi ko ginusto, makinig ka, hindi ko ginusto, makinig ka nang husto, hindi ko

ginusto ang nangyari. Ang anak mo ang aking tadhana at hindi ko siya pinagtaksilan. Kaya nga lamang kinaladkad ako ng bisig ng ikalawa na tila daluyong, tila piglas ng ulo ng kabayo, at kakaladkarin niya ako lagi at lagi at lagi, kahit matanda na ako, at kahit pa tulong-tulong na ang buhok ko'y pigil-pigil ng mga anak ng anak mo!

(Papasok ang isang KAPITBAHAY.)

INA

Wala raw siyang sala, at wala rin ako! *(Sarkastika)* Sino ang may sala, kung ganoon? Mahina, marupok, ang babaeng hindi makatulog, at nagtapon ng koronang asahar upang makahanap ng konting puwang sa kamang pinainit ng ibang babae!

NOBYA

Tama na, tama na! Gumanti ka sa akin, narito ako! Tingnan mo at kaylambot ng aking leeg. Konting puwersa lamang ang uubusin mo, mas konti pa kaysa uubusin mo kung magtanim ka ng dalya sa iyong hardin. Basta huwag iyon! Marangal, marangal gaya ng batang babaeng kasisilang lamang. At may lakas ako para patibayan ito. Magpaningas ka ng siga. Itapat natin sa apoy ang ating mga kamay. Ang iyo para sa anak mo, ang akin para sa katawan ko. Mauuna mong iurong ang sa iyo.

INA

Pero ano ang pakialam ko sa iyong karangalan? Ano ang pakialam ko sa pagkamatay mo? Ano ang pakialam ko sa anupamang bagay? Pagpalain ang mga trigo dahil ang mga anak ko ay nasa kanilang paanan. Pagpalain ang ulan dahil binabasa nito ang ang mukha ng aking mga patay. Pagpalain ang Diyos, na nagpapahiga sa atin nang tabi-tabi upang tayo'y makapahinga.

(Papasok ang isa pang KAPITBAHAY.)

NOBYA

Pahintulutan mong magdalamhati akong kasama ka.

INA

Magdalamhati ka. Pero diyan sa pintuan.

(Papasok ang BATANG BABAE. Nasa pintuan ang NOBYA. Nasa gitna ng entablado ang INA.)

ASAWA

(Papasok at tutungo sa kaliwa.)

Kaakit-akit na hinete,
at ngayo'y bunton ng niyebe.
Nilibot niya ang mga perya't kabundukan
at ang mga bisig ng kababaihan.
Lumot ng gabi ngayon
ang sa ulo'y nakaputong.

INA

Mirasol ang iyong ina,
salamin ng lupa.
Bayaang lagyan ang dibdib mo
ng krus na adelfa,
takpan ang katawan
ng maningning na seda,
humugis ang tubig ng pagluha
sa pagitan ng natahimik mong kamay.

ASAWA

Ay, apat na binatilyo
ang dumarating na pagal ang balikat!

NOBYA

(Sa may pintuan.)

Ay, apat na binata
ang may kargang kamatayan!

INA

Mga kapitbahay.

BATANG BABAE

(Sa may pintuan.) Dala na nila.

INA

Ganoon din noon.
Ang krus, ang krus.

MGA BABAE

Katamis-tamisang pako,
Katamis-tamisang krus,
Katamis-tamisang ngalan
ni Hesus.

INA

Kupkupin nawa ng krus ang lahat ng patay at buhay.
Mga kapitbahay, isang kutsilyo,
kutsilyong pagkaliit,
sa takdang araw, pagitan ng alas-dos at alas-tres,
nagpatayan ang dalawang mangingibig…
Isang kutsilyo, kutsilyong pagkaliit,
bahagya nang magkasya sa kuyom na palad
pero pinong-pinong humiwa
sa lamang gulilat
hanggang umabot sa kumikinig, sala-salabid,
kulimlim na ugat ng tili.

NOBYA

At ito'y kutsilyo,
kutsilyong pagkaliit,
bahagya nang magkasya sa kuyom na palad,
isdang walang kaliskis, walang ilog,
sa takdang araw, pagitan ng alas-dos at alas-tres,
gawa ng kutsilyong ito,
dalawang lalaki ang naiwang matigas na bangkay,
ang mga labi'y naninilaw.

INA

At bahagya nang magkasya sa kuyom na palad,
pero humiwang pagkalamig
sa gulilat na laman
at doon umabot sa kumikinig, sala-salabid,
kulimlim na ugat ng tili.

*(Ang mga KAPITBAHAY na nakaluhod sa sahig ay
nagsisitangis.)*

TELON

Wakas